திறமைகளை அதிவிரைவாகக் கைவசப்படுத்திக் கொள்வது எப்படி

திறமைகளை அதிவிரைவாகக் கைவசப்படுத்திக் கொள்வது எப்படி

புதிய திறமைகளைக் கற்றுக் கொள்வதற்கும், அவற்றில் கைதேர்ந்தவராக ஆவதற்குமான நிரூபணமான வழிமுறைகள்

பீட்டர் ஹாலின்ஸ்

மொழிபெயர்ப்பு:
நாகலட்சுமி சண்முகம்

MANJUL

மஞ்சுள் பப்ளிஷிங் ஹவுஸ்

First published in India by

MANJUL

Manjul Publishing House
Corporate and Editorial Office
•2nd Floor, Usha Preet Complex, 42 Malviya Nagar,
Bhopal 462 003 – India
Sales and Marketing Office
•C-16, Sector 3, Noida, Uttar Pradesh 201301 – India
Website: www.manjulindia.com
Distribution Centres
Ahmedabad, Bengaluru, Kochi, Kolkata, Chennai,
Hyderabad, Mumbai, New Delhi, Pune

Tamil translation of
The Science of Rapid Skill Acquisition by Peter Hollins

Tamil edition first published in 2025

ISBN 978-93-5543-742-6

Translated by Nagalakshmi Shanmugam
Edited by PSV Kumarasamy
Layout done by Manoranjan Kumar

Printed and bound in India by Repro India Limited

உள்ளடக்கம்

முன்னுரை

பல குழந்தைகளைப்போலவே, ஓர் இசைக்கருவியை வாசிக்கக் கற்றுக் கொள்ளும்படி என்னுடைய சிறு வயதில் நானும் கட்டாயப்படுத்தப்பட்டேன். பியானோ, சாக்ஸோபோன், வயலின் ஆகிய மூன்றில் ஏதேனும் ஒன்றைத் தேர்ந்தெடுக்கும்படி என் பெற்றோர் என்னிடம் கூறினர். எங்கள் வீட்டில் ஏற்கனவே ஒரு பியானோ இருந்தது. எங்கள் குடும்பத்தில் யாரும் அதை ஒருபோதும் இசைக்கவில்லை. என் பெற்றோரின் விருப்பத்தைப் புரிந்து கொண்டு, மறு வாரம் தொடங்கவிருந்த பியானோ வகுப்பில் நான் சேர்ந்தேன்.

நான் மொத்தம் ஏழு ஆண்டுகள் பியானோ வாசித்தும்கூட, நான் ஒருபோதும் அதில் சிறப்புறவில்லை. ஏழு ஆண்டுகாலப் பயிற்சியில் சில குழந்தைகளால் கார்னகி ஹாலில் வாசிக்கும் அளவுக்கு அதில் தேர்ச்சி பெற முடியும், ஆனால் நான் பெரும்பாலான நேரம் எளிய பாடல்களையே வாசித்துக் கொண்டிருந்தேன். எனக்கு சுத்தமாகத் திறமையே இல்லாததுதான் அதற்குக் காரணமா?

இருக்கலாம், ஆனால் அது சாத்தியமில்லை. வேறு வார்த்தைகளில் கூறுவதென்றால், திறமை அதில் சிறிதளவு பங்கு வகித்திருக்கக்கூடும், ஆனால்

என் நினைவுக்கு எட்டியவரை, என்னுடைய பயிற்சி நேரமும் ஒத்திகை நேரமும் மிகவும் குறைவாக இருந்தன. என்னுடைய பொறுமையின்மையும் ஒரு கூடுதல் காரணமாக இருந்தது. ஏனெனில், என்னுடைய நண்பர்களில் பெரும்பாலானோர் அந்த ஆண்டு புதிதாக மலைப் பாதைகளில் ஓட்டுவதற்கான மிதிவண்டிகளை வாங்கியிருந்தனர்; அந்த அழகான கோடைக்காலத்தில் அவர்கள் எந்தக் கவலையுமின்றி உல்லாசமாக மலைகளில் அவற்றை ஓட்டித் திரிந்தனர். ஆனால் நானோ, பியானோவை நோண்டிக் கொண்டு என் வீட்டுக்குள் அடைபட்டுக் கிடந்தேன்.

மறுபுறம், நான் பியானோ வாசிக்கக் கற்றுக் கொள்ளத் தொடங்கியிருந்த அதே நேரத்தில் என்னுடைய இன்னொரு நண்பனும் பியானோ வாசிக்கத் தொடங்கியிருந்தான், அவனிடமும் ஒரு மலைப் பாதை மிதிவண்டி இருக்கவில்லை. நாங்கள் ஒருவர்மீது ஒருவர் பரிதாபம் கொண்டோம், ஆனால் விரைவில் நான் அவன்மீது பொறாமை கொள்ளலானேன். ஏனெனில், பியானோ வாசிப்பதில் அவன் என்னைவிட வேகமாக மேம்பட்டுக் கொண்டிருந்தான். பியானோ வாசிப்பு நிலைகளைப் பொறுத்தவரை, ஒவ்வோர் ஆண்டும் அவனால் முன்னேற முடிந்தது. ஆனால், என்னுடைய ஆசிரியர் என்னை ஒவ்வோர் ஆண்டும் முன்னேற்ற முயற்சிக்கக்கூட இல்லை. அதை நான் மிகத் தாமதமாகத்தான் கண்டுபிடித்தேன், ஆனால் ஒரு விஷயத்தை நான் கவனித்தேன். நானும் என் நண்பனும் கிட்டத்தட்ட ஒரே நேரத்தில்தான் பியானோ வகுப்பில் சேர்ந்திருந்தோம் என்றாலும், திறமையைப் பொறுத்தவரை, ஓராண்டில், அவனும் நானும் மிகவும் வேறுபட்ட நிலைகளில் இருந்தோம்.

அவன் வித்தியாசமாக என்ன செய்து கொண்டிருந்தான் என்று அவனிடம் கேட்க அப்போது எனக்குத் தோன்றவில்லை. ஆனால், பின்னர் நான் திரும்பிப் பார்த்தபோது, பயிற்சியிலும் ஒத்திகையிலும் சுய ஒழுங்கிலும் அவன் என்னைவிட மிகுந்த கட்டுப்பாட்டுடன் இருந்தது வெளிப்படையாகத் தெரிந்தது. அவனுடைய

அம்மாவும் மிகவும் கண்டிப்பானவராக இருந்தார். முதுகு சொறிவதற்கான ஒரு மரக்குச்சியைக் கொண்டுகூட வலிக்கும்படி அடிக்கக்கூடியவர் அவர் என்று நான் கேள்விப்பட்டேன். எது எப்படியோ, திறமையைக் கைவசப்படுத்துவதற்குப் பின்னால் என்ன இருக்கிறது என்பதற்கான ஓர் அடிப்படை அறிமுகமாக அது அமைந்தது. அர்ப்பணிப்புடன் கடுமையாக உழைத்து, நீங்கள் விரும்புவது கைகூடும்வரை போராடத் தயாராக இருத்தல் அதன் ஒரு பெரும் பகுதி என்பது உண்மைதான். அது தொடக்கத்தில் நன்றாகப் பலனளிக்கும். ஆனால், உங்கள் சூழல் எதுவாக இருந்தாலும், அங்குப் புதிய திறமைகளைக் கற்றுக் கொள்வதற்கான மிகவும் பயனுள்ள மற்றும் ஆற்றல்மிக்க வழிகள் இருக்கின்றன.

புதிய திறமைகளைக் கற்றுக் கொள்ளுதல் என்பதை, ஆடைகள் பின்னுதல், நீச்சலடித்தல், டென்னிஸ் விளையாடுதல், ஓர் இசைக் கருவியை வாசித்தல் என்பன போன்ற, நம்முடைய விருப்பங்கள் அல்லது பொழுதுபோக்குகளோடுதான் நாம் அதிகமாகத் தொடர்புபடுத்துகிறோம். ஆனால், உங்கள் வாழ்க்கையின்மீது மாபெரும் வழிகளில் தாக்கம் ஏற்படுத்துவதற்கான திறன் அதற்கு இருக்கிறது. உண்மையில், புதிய திறமைகளைக் கற்றுக் கொள்வது, உங்கள் வாழ்க்கையையும் சூழல்களையும் மேலிருந்து கீழ்வரை மாற்றுவதற்கான திறனைப் பிரதிநிதித்துவப்படுத்துகிறது. உங்கள் விஷயத்தில் இந்தச் செயல்முறையை எவ்வாறு துரிதப்படுத்துவது என்பதை நீங்கள் புரிந்து கொண்டால், நீங்கள் விரும்புகின்ற திசையில் உங்கள் வாழ்க்கையை மிக விரைவாக உங்களால் மாற்ற முடியும்.

பியானோ விஷயத்தில் நான் வெற்றி பெறாதபோதிலும், திறமையை வேகமாகக் கைவசப்படுத்துதல் செயல்முறை, என் பள்ளி வாழ்க்கை மற்றும் என் தொழில் வாழ்க்கை நெடுகிலும் எனக்கு மிக முக்கியமானதாக இருந்து வந்துள்ளது. உங்கள் வாழ்க்கையிலும் அத்தகைய தாக்கம் ஏற்படுத்துவதற்கான சக்தி அதற்கு இருப்பதாக நான் நம்புகிறேன். எனவே,

எவ்வாறு கற்றுக் கொள்வது என்பதைக் கற்றுக் கொள்ளத் தயாராகுங்கள். வாருங்கள், நாம் உள்ளே நுழையலாம்.

அத்தியாயம் 1

திறமைகளை அதிவிரைவாகக் கைவசப்படுத்தக் கற்றுக் கொள்ளுதல்

வரலாற்றில் முன்னெப்போதையும்விட மிக வேகமாக எதுவொன்றையும் கற்றுக் கொள்ளக்கூடிய ஒரு காலகட்டத்தில் நாம் வாழ்ந்து கொண்டிருக்கிறோம்.

நாம் ஆய்வு செய்ய விரும்புகின்ற எந்தவொரு விஷயம் குறித்தத் தகவல்களும் கிட்டத்தட்ட உடனடியாக நமக்குக் கிடைத்துவிடுகின்றன. நாம் கற்றுக் கொள்ள விரும்புகின்ற எந்தவொரு திறமையையும் கற்றுக் கொடுக்கின்ற பயிற்சி வகுப்புகள் இணையத்தில் இலவசமாகவோ அல்லது மலிவான கட்டணத்திற்கோ நமக்குக் கிடைக்கின்றன. ஓர் ஆழமான விருப்பமும், ஒரு சில நடவடிக்கைகளைப் பின்பற்றுவதற்கான ஒழுங்கும் இருந்தால் போதும். வீட்டில் இருந்தபடியே படித்து எந்தவொரு துறையிலும் திறமைச் சான்றிதழ் பெறுவது இதற்கு முன்பு ஒருபோதும் இவ்வளவு சுலபமாக இருந்ததில்லை. இருபது ஆண்டுகளுக்கு முன், ஒரு குறிப்பிட்டத் தகவல் உங்களுக்குத் தெரிந்திருக்கவில்லை என்றால், நீங்கள் ஒரு நூலகத்திற்குச் சென்று ஒரு கலைக்களஞ்சியத்திற்குள் உங்களை மணிக்கணக்கில்

மூழ்கடித்துக் கொண்டால்தான், நீங்கள் தேடுவதை உங்களால் கண்டுபிடிக்க முடியும்.

நமக்குத் தேவையான அனைத்துச் சாதனங்களும் இப்போது நம்மிடம் இருக்கின்றன. அவற்றைப் பெறுவதும் இயக்குவதும் சுலபமானதாக இருக்கிறது. உலக வரலாற்றில் வேறு எந்தவொரு தலைமுறையையும்விட, புதிய திறன்களைக் கைவசப்படுத்தி நம்முடைய வாழ்க்கையை வடிவமைப்பதற்கான வாய்ப்பு நமக்கு அதிகமாக இருக்கிறது.

அப்படியானால், நாம் அதில் இறங்கினால் என்ன?

அதைத் தீர்மானிப்பது சுய ஒழுங்குதான். ஒரு பயிற்சி வகுப்பில் கலந்து கொண்டு அதை முழுமையாக நிறைவு செய்வதற்கான மன உறுதியை உருவாக்கிக் கொள்வதற்குச் சிலர் மிகக் கடுமையாக முயற்சி செய்ய வேண்டியிருக்கிறது. ஒருவேளை, எவ்வாறு கற்றுக் கொள்வது என்பது பற்றி நாம் போதுமான அளவு கற்றுக் கொண்டிருக்காமல் இருக்கக்கூடும். தகவல்களைப் புரிந்து கொண்டு அவற்றை நம் மனத்தில் பதிய வைத்துக் கொள்வதற்கும் நடைமுறையில் செயல்படுத்துவதற்குமான தந்திரோபாயங்கள் நமக்குத் தெரியவில்லை.

கற்றலை நாம் முதன்முதலாக அனுபவித்த விதம் இதில் ஓரளவு பங்கு வகிக்கிறது. அதாவது, கலந்துரையாடலற்ற, செயலற்ற முறையில்! பாரம்பரியமான பள்ளி அமைப்புமுறைகளில் நாம் பெறுவது இதைத்தான். அங்கு நமக்குத் தகவல்கள் வழங்கப்படுகின்றன, கேள்வி எதுவும் கேட்காமல் நாம் அவற்றை உள்வாங்கிக் கொள்கிறோம், பிறகு ஒரு குறிப்பிட்ட நேரத்தில் அவற்றை நாம் மீண்டும் படித்து ஒப்பிக்கிறோம். சில குறிப்பிட்ட வகுப்புகளில், தகவல்களை நாம் வெறுமனே மனப்பாடம் செய்து வாந்தியெடுக்க வேண்டும் என்பது மட்டுமே நம்மிடம் எதிர்பார்க்கப்படுகிறது. எதிர்காலப் பயன்பாட்டிற்கு அத்தகவல்களை நம் மனத்தில் தக்கவைத்துக் கொள்வதற்கான சிறந்த வழி நிச்சயமாக இதுவன்று. நீங்கள் எளிதாகக் கடந்து செல்கின்ற ஒரு விஷயமாகவே

பள்ளிகள் பார்க்கப்பட்டன. நம்மில் சிலருக்கு, நம்மால் முடிந்த அளவு குறைவான மனரீதியான முயற்சியைச் செலவிடுவது என்று அது அர்த்தமாகியது.

குறிப்பாக, சுயகற்றல் மிகவும் வசதியாக இருக்கின்ற இன்றைய காலகட்டங்களில், அந்த வகையான சோம்பேறித்தனமான மனப்போக்கைக் கையாள்வது ஒரு தடையாக அமையக்கூடும். நீங்கள் சுயமாக ஏதோ ஒரு புதிய விஷயத்தைக் கற்றுக் கொள்ள விரும்பும்போது, எங்கிருந்து தொடங்குவது என்பது குறித்து உங்களுக்கு எந்த யோசனையும் இல்லாததை நீங்கள் உணர்வீர்கள். தகவல்களை மனப்பாடம் செய்து ஒப்பிப்பது எப்படி என்பதைக் கற்றுக் கொள்வதற்கு ஆண்டுக்கணக்கில் நீங்கள் மேற்கொண்ட பயிற்சிகள் உங்களுக்கு எந்த நன்மையும் செய்து கொண்டிருக்கவில்லை என்பதையும் நீங்கள் உணர்வீர்கள்.

சுயமாகக் கற்பவராக ஆவதில் ஏராளமான நன்மைகள் உள்ளன. ஒருவர் தானாகவே கற்றுக் கொள்வது எப்படி என்பதைக் கற்றுக் கொடுப்பதுதான் இப்புத்தகத்தின் நோக்கம். வெறுமனே வேறொருவரின் பாடத்திட்டத்தைப் பின்பற்றுவதற்குப் பதிலாக உங்களுடைய சொந்தப் பயிற்சித் திட்டத்தையும் பாதையையும் அமைத்துக் கொள்வதற்கான வாய்ப்பு கிட்டத்தட்டத் தொடக்கத்திலிருந்தே ஒரு கூடுதல் அனுகூலமாகும். உங்கள் மன உறுதியைத் தூண்டிவிடுதல், திறன்கள் மற்றும் அறிவு தொடர்பான புதிய யோசனைகளை உங்களிடம் ஏற்கனவே இருக்கின்ற யோசனைகளுடன் தொடர்புபடுத்துதல், உங்கள் வேலைவாய்ப்புத் தகுதியை மேம்படுத்துதல், உங்கள் தொழில்வாழ்க்கையில் முன்னேறுவதற்குத் தேவையான தகுதிகளை உங்களிடம் வளர்த்துக் கொள்ளுதல், உங்கள் ஆர்வங்களோடு தொடர்புடைய சமூகக் குழுக்களைக் கண்டுபிடித்து அவற்றில் உங்களை இணைத்துக் கொள்ளுதல்—இந்த அனைத்து நன்மைகளும் சுய கற்பித்தலின் வாயிலாக விளைகின்றன. உங்கள் சூழல்களையும் உங்கள் வாழ்க்கையையும் மாற்றுவதற்கான சக்திவாய்ந்த திறனை அது

பிரதிநிதித்துவப்படுத்துகிறது.

இந்த வகையான வெகுமதிகள் ஒரு பாரம்பரியமான கற்றல் சூழலில் சாத்தியப்படவில்லை. வெறுமனே மனப்பாடம் செய்து ஒப்பிக்கும்படி உங்களுக்குக் கொடுக்கப்பட்டத் தகவல்களைப் பயன்படுத்துவது கடினம். எதையும் நடைமுறையில் செயல்படுத்துவது எப்படி என்பதோ, நீங்கள் கற்றுக் கொண்டவற்றில் எவை மிக முக்கியமானவை என்பதோ உங்களுக்குக் கற்றுக் கொடுக்கப்படவில்லை. நமக்குக் கற்றுக் கொடுக்கப்பட்டவற்றை எவ்வாறு உள்வாங்கிச் செயல்படுத்த வேண்டும் என்பது நிச்சயமாக நமக்குக் கற்றுக் கொடுக்கப்படவில்லை. எவ்வாறு குறிப்புகள் எடுக்க வேண்டும், எவ்வாறு நேரத்தைக் கையாள வேண்டும், எவ்வாறு உன்னிப்பாகக் கவனம் செலுத்த வேண்டும், எவ்வாறு முன்னுரிமைகளை நிர்ணயிக்க வேண்டும் என்பன போன்ற எதுவும் நமக்குக் கற்றுக் கொடுக்கப்படவில்லை. வெறுமனே தெரிந்து கொள்ள வேண்டும் என்பதற்காகத் தெரிந்து கொள்ளப்படுகின்ற தகவல்கள் மதிப்பற்றவை. மேலும், மாறிக் கொண்டிருக்கின்ற தொழில்நுட்பத்தினால், பள்ளியில் நாம் கற்றுக் கொண்டவற்றில் பெரும்பாலான விஷயங்கள் ஏற்கனவே காலாவதியாகிவிட்டன.

சுயகற்றல் ஓர் ஆழமான மாற்றத்திற்கு உட்பட்டுள்ளது. அதேபோல, நம்முடைய ஊக்குவிப்புக் காரணிகளும் மாறியுள்ளன. நாம் விரும்புகின்ற எந்தவொரு பாடத்தையும் நம்மால் கற்றுக் கொள்ள முடியும். கற்றல் செயல்முறை அதை அதிக அர்த்தமுள்ளதாகவும் அதிகக் குதூகலமூட்டுவதாகவும் ஆக்குகிறது. தங்களுடைய சூழல்களை மாற்ற விரும்புகின்றவர்களுக்கு, கற்பதைத் தவிர உண்மையில் வேறு எந்த வழியும் இல்லை. பலனளிக்கும் விதத்தில் உங்களால் கற்றுக் கொள்ள முடியாவிட்டால், நீங்கள் ஒருபோதும் முன்னோக்கி நகரப் போவதில்லை.

ஆனால், பலனளிக்கும் விதத்தில் உங்களால் கற்றுக் கொள்ள முடிந்தால், பல விஷயங்களை உங்களுக்கு அனுகூலமாக உங்களால் மாற்ற முடியும். என் தோழி

ஒருவர், பத்தாண்டுகாலத் திருமண வாழ்க்கைக்குப் பிறகு விவாகரத்து செய்து கொண்டார். அவர் ஒருபோதும் வெளியே எந்தவொரு வேலையும் பார்த்ததில்லை. எந்தவொரு வேலைவாய்ப்புத் தகுதியோ அல்லது திறமையோ அவருக்கு இருக்கவில்லை. நகை செய்வது எப்படி என்பதைப் படிப்படியாக அவர் தானே கற்றுக் கொண்டார். அவருக்குக் கட்டுப்படியாகாததால் அவர் எந்தவொரு பயிற்சி வகுப்பிலும் சேரவில்லை. ஓர் ஐந்தாண்டுகாலப் பயிற்சிக்குப் பிறகு, தனிநபர் விருப்பப்படி நகை செய்து தருவதற்கான ஒரு தொழிலை அவர் துவக்கினார். அவர் இன்றும் அதைத் தன்னுடைய சொந்த வீட்டிலிருந்து நடத்திக் கொண்டிருக்கிறார். அந்த வீட்டைக்கூட, அவர் தன் தொழிலைத் தொடங்கி மூன்று ஆண்டுகளுக்குப் பிறகே அவரால் வாங்க முடிந்தது.

அவர் தன்னுடைய அர்ப்பணிப்பான பயிற்சியால் தன்னுடைய திறமையை மேன்மேலும் மெருகேற்றிக் கொண்டே போனபோது, அவருடைய தகுதியும் தன்னம்பிக்கையும் அதிகரித்தன. ஒரு கடினமான சூழ்நிலையைச் சிறப்பாகக் கையாண்டதன் மூலம், ஒரு காலத்தில் அவர் வெறும் ஆர்வம் மட்டுமே கொண்டிருந்த ஒரு விஷயத்தை, ஒரு வெற்றிகரமான தொழிலாக அவர் மாற்றினார். அது அவருடைய வாழ்வின் போக்கை முற்றிலுமாக மாற்றியது.

உங்கள் வயது, பின்புலம், வளர்ப்பு, அல்லது அந்தஸ்து எதுவாக இருந்தாலும் சரி, ஒரு புதிய திறமையைக் கற்றுக் கொள்வது உங்கள் வாழ்வின் ஒட்டுமொத்த மதிப்பை அதிகரிக்கிறது. ஒரு சாதனையுணர்வுகூட ஒரு நல்ல வெகுமதிதான், ஆனால் அதே நேரத்தில், உங்களுடைய தொழில்வாழ்க்கையை உங்களால் மேம்படுத்த முடியும், உங்களுடைய தனிப்பட்ட இலக்குகளை உங்களால் அடைய முடியும், உங்களுடைய திறன்களை உங்களால் மெருகேற்ற முடியும், புதிய திறமைகளைக் கற்றுக் கொள்வதற்கான சாத்தியக்கூறுகளையும் உங்களால் உருவாக்கிக் கொள்ள முடியும்.

உங்களுக்கு என்ன வேண்டும்?

வாய்ப்புகள் அபரிமிதமாக உள்ளன. நாம் எதிர்கொள்கின்ற குழப்பங்களும் தடைகளும் என்னவாக இருந்தாலும் சரி, வாய்ப்புகள் அபரிமிதமாக உள்ளன என்பது முற்றிலும் உண்மை. ஆனால், நீங்கள் உங்கள் நேரத்தை உண்மையிலேயே எந்த விஷயத்திற்கு அர்ப்பணிக்க விரும்புகிறீர்கள்?

ஒரு புதிய தொழிலை அல்லது திறமையைக் கற்றுக் கொண்டு தங்கள் வாழ்வின் போக்கை மாற்ற விரும்புகின்றவர்கள் தேர்ந்தெடுப்பதற்கான தெரிவுகளுக்குப் பஞ்சமில்லை. நீங்கள் உண்மையிலேயே எதைக் கற்றுக் கொள்ள விரும்புகிறீர்கள் என்பதைத் தீர்மானிப்பது மன அழுத்தம் தரக்கூடிய ஒரு காரியமாக இருக்கக்கூடும். குறிப்பாக, வேறு ஒருவருடைய அழுத்தத்தின் காரணமாக அன்றி, நீங்களே அதைச் சுயமாகத் தேர்ந்தெடுக்கும்போது! எதன்மீது கவனத்தைக் குவிக்க வேண்டும் என்பதை எப்படித் தீர்மானிப்பது?

இப்படிச் செய்து பாருங்கள்: பொழுதுபோக்கிற்காகவோ அல்லது உங்கள் வேலைக்காகவோ நீங்கள் கற்றுக் கொள்ள விரும்புகின்ற திறமைகள் அனைத்தையும் பற்றி யோசியுங்கள். அவை இரண்டு-இலக்க எண்களில் இருந்தால் ஆச்சரியப்படாதீர்கள். பத்து அல்லது பதினைந்து விஷயங்களை நீங்கள் பட்டியலிடக்கூடும். அவை எல்லாவற்றையும் ஒரே நேரத்தில் உங்களால் கைவசப்படுத்த முடியாது என்பது வெளிப்படை. நம் எல்லோருக்கும் இருக்கின்ற நேரத்திற்கு ஒரு வரம்பு இருக்கிறது. எனவே, அந்தப் பட்டியலில் உள்ளவற்றில் மிக முக்கியமான ஒரு சில திறமைகளை நம்மால் தேர்ந்தெடுத்துக் கொள்ள முடிய வேண்டும்.

ஒரு குறிப்பிட்டக் கால அவகாசத்திற்குள், அதிகபட்சமாக இரண்டு அல்லது மூன்று திறமைகளில் உங்களால் தேர்ச்சி பெற முடியும். அவை எவை என்பதைத் தீர்மானிப்பதற்கு, ஒரு சில பகுதிகளில் உங்களிடம் நீங்கள் சில கேள்விகள் கேட்டுக் கொள்ள

வேண்டும்.

நோக்கம்: இப்புதிய திறமையை வளர்த்தெடுக்க நீங்கள் விரும்புவதற்குப் பின்னால் உள்ள காரணம் என்ன? அதிகப் பணம் ஈட்டுவதற்காகவா, ஒரு புதிய பொழுதுபோக்கை உருவாக்கிக் கொள்வதற்காகவா, உங்கள் உறவை மேம்படுத்துவதற்காகவா, அல்லது உங்கள் உடல்நலத்தை அல்லது மனநலத்தை மேம்படுத்துவதற்காகவா? உங்களுடைய மிக முக்கியமான இலக்கு எது என்பதைத் தீர்மானித்துக் கொண்டு, அதற்கு உதவக்கூடிய திறமைகளைக் கற்கத் தொடங்குங்கள். நீங்கள் ஒரு புதிய தொழிலைத் தொடங்கிக் கொண்டிருக்கக்கூடும், ஆனால் அதற்கு நீங்கள் அடிப்படைக் கணக்கியலைக் கற்றுக் கொண்டாக வேண்டும். உங்கள் வாழ்வில் நீங்கள் அதிக சாகசத்தை விரும்பக்கூடும், அதற்காக நீங்கள் மலையேற்றத்தைக் கற்றுக் கொள்ளத் தீர்மானிக்கக்கூடும். வருங்காலத்தில் நீங்கள் வெளிநாடுகளுக்குப் பயணிக்கக்கூடும், அதற்காக நீங்கள் ஒரு புதிய மொழியைக் கற்றுக் கொள்ள விரும்பக்கூடும். வலிக்குப் பின்னால் உள்ள மாபெரும் நோக்கத்தைப் புரிந்து கொள்ள வேண்டியது இன்றியமையாதது.

தேவையும் விநியோகமும்: இது உங்கள் வேலை தொடர்பான திறமைகளுக்கானது. வேலைவாய்ப்புச் சந்தையில் சில திறமைகள் மற்றவற்றைவிட அதிகத் தேவையானவையாக இருக்கின்றன. தேவை அதிகமாக இருக்கின்ற, ஆனால் போதிய எண்ணிக்கையில் ஆள்கள் இல்லாத திறமைகள் அவை. தங்கள் தூக்கத்தில்கூட 'எச்டிஎம்எல்' அல்லது 'சிஎஸ்எஸ்' நிரல்களை எழுதக்கூடிய ஏகப்பட்ட நிரலாளர்கள் இருக்கின்றனர், ஆனால் பைத்தன், சி#, ஜாவாஸ்கிரிப்ட் போன்றவற்றைப் புரிந்து கொள்கின்ற நிரலாளர்களின் எண்ணிக்கை குறைவாக இருக்கிறது. முடிந்த இடங்களிலெல்லாம், உங்களுக்கு ஒரு நல்ல வேலையைப் பெற்றுக் கொடுத்து, உங்களுக்கு வேலைவாய்ப்பு எப்போதும் அதிகமாக இருப்பதற்கு உதவக்கூடிய ஒரு திறமையைத் தேர்ந்தெடுங்கள். பணம் சம்பாதிப்பது உங்கள் நோக்கமன்று என்றால், வேறொரு

விதத்தில் உங்களுக்கு மிகவும் மதிப்பு வாய்ந்ததாக இருக்கின்ற ஒரு திறமையைக் கண்டுபிடியுங்கள். எடுத்துக்காட்டாக, மெக்சிகோவின் உணவு வகைகள் உங்களுக்கு மிகவும் பிடித்திருந்தால், அவற்றைச் சமைப்பது எப்படி என்பதைக் கற்றுக் கொள்ளுங்கள். பிரெஞ்சு சமையலில் கைதேர்ந்தவராக ஆவதைப் பற்றிக் கவலைப்படாதீர்கள்.

திறமை: உங்களுக்கு ஒரு குறிப்பிட்டத் திறன் இருந்தால், ஒரு குறிப்பிட்டத் திறமையைத் தேர்ந்தெடுப்பதில் அது ஒரு பெரிய வித்தியாசத்தை ஏற்படுத்தக்கூடும். வேலை பார்ப்பதில் நமக்கு விரக்தியூட்டக்கூடிய பொதுவான விஷயங்களில் ஒன்று என்னவென்றால், நம்முடைய சிறந்த திறன்களில் எதையுமே பயன்படுத்திக் கொள்ளாத ஒரு பணியில் நாள் முழுவதும் கடினமாக உழைத்துக் கொண்டிருப்பதுதான். ஒவ்வொருவரிடமும் ஒரு குறிப்பிட்டத் திறமை இருக்கிறது. மற்றவர்களைவிட அதில் அவர்கள் மிகவும் கைதேர்ந்தவர்களாக இருப்பர். உங்களுடைய இயல்பான திறன்களைப் பயன்படுத்தி எந்த ஒரு புதிய திறமையை உங்களால் கற்றுக் கொண்டு அதில் சிறந்து விளங்க முடியும்?

வேகமாக ஒரு பென்சில் ஓவியம் வரையக்கூடிய திறன் உங்களுக்கு இருந்தால், உருவப்படங்களை வரையக்கூடிய ஓர் ஓவியராக ஆவது எப்படி என்பதை, பென்சில் ஓவியம் வரையும் திறன் இல்லாத ஒருவரைவிட அதிக சுலபமாக உங்களால் கற்றுக் கொள்ள முடியும். கணிதத்தில் நீங்கள் ஒரு சூரப்புலியாக இருந்தால், கைப்பின்னல் தையல் உங்களுக்கு மிகவும் பிடிக்கக்கூடும். ஏனெனில், அதற்கு வடிவவியல் மற்றும் கணக்குப் போடுதல் திறன்கள் தேவை. உங்களுக்கு இயல்பாகவே இருக்கின்ற திறன்களின் அடிப்படையில், நீங்கள் எந்தெந்தப் புதிய திறமைகளைக் கற்றுக் கொள்ள விரும்புகிறீர்கள் என்று ஒரு பட்டியலிடுங்கள். உங்களுக்குப் பொறுமை குறைவாக இருக்கும் பட்சத்தில் இந்த நடவடிக்கை முக்கியமானதாக இருக்கும்.

இருக்கின்ற வாய்ப்புகள்: உங்களுடைய தற்போதைய

சமூகச் சூழ்நிலையை அல்லது வேலைச் சூழ்நிலையைப் பாருங்கள். ஒரு குறிப்பிட்டத் திறமையைக் கற்றுக் கொள்வதற்கு அவை எந்த அளவுக்கு உங்களுக்கு ஆதரவாக இருக்கின்றன? வீடியோ எடிட்டிங்கில் கைதேர்ந்தவராக ஆகக் கற்றுக் கொள்வதற்கான கட்டணத்தை உங்கள் நிறுவனம் உங்களுக்காகச் செலுத்த முன்வரக்கூடும். உங்களுடைய ஒரு நண்பரோ அல்லது குடும்ப உறுப்பினரோ தோட்டக்கலையில் திறமை பெற்றவராக இருந்து, உங்களுக்கு அத்திறமையைக் கற்றுக் கொடுக்க முன்வரக்கூடும். ஒரு கணித நிரல் மொழியை நீங்கள் கற்றுக் கொண்டால், அவ்வளவாக ஆபத்தில்லாத ஒரு வேலைக்கான வாய்ப்பு உங்களுக்குக் கிடைக்கக்கூடும். நீங்கள் எந்தத் திறமைகளைக் கைவசப்படுத்துவதை உங்களுடைய தற்போதைய சூழல் உங்களுக்கு எளிதாக்குகிறது?

சில குறிப்பிட்டத் திறமைகள், கைவசப்படுத்துவதற்கு அதிகக் கடினமாகவோ அல்லது சிக்கலாகவோ இருக்கின்றன. எளிமையான திறமைகளோடு ஒப்பிடுகையில், அவற்றைக் கற்றுக் கொள்வதற்கு அதிகமான கருவிகள், அதிகமான கவனக்குவிப்பு, அதிக நேரம், அல்லது அதிகப் பணம் தேவைப்படும். உங்களுடைய தற்போதைய சூழலைக் கருத்தில் கொள்ளும்போது, எந்தத் திறமைகளைக் கற்றுக் கொள்வது அதிக எளிதானதாகவும் உங்களுக்குக் கட்டுப்படியாகக்கூடியதாகவும் இருக்கும் என்பதை நேர்மையாகப் பட்டியலிடுங்கள். நீங்கள் பனிக்கட்டிகளில் சிற்பம் செய்கின்ற ஒரு சிற்பியாக ஆக விரும்பக்கூடும். அதற்கு நீங்கள் ஒரு சங்கிலி ரம்பத்தில் முதலீடு செய்ய வேண்டும். வருடம் முழுவதும் 32 டிகிரி செல்சியஸ் வெப்பம் நிலவுகின்ற ஓர் இடத்தில் நீங்கள் வாழ்ந்து கொண்டிருந்தால், பனிக்கட்டியில் சிற்பம் செய்வது ஒரு சவாலான காரியமாக இருக்கும். உங்களிடம் உள்ள பணவசதிக்கும் உங்கள் சூழ்நிலைக்கும் பீங்கான் அல்லது களிமண் பொருத்தமாக இருக்கக்கூடும்.

வாழ்க்கைச் சூழ்நிலை: நாம் வேலைக்கு எடுத்துக் கொள்ளப்படுகிறோம், பிறகு பணிநீக்கம்

செய்யப்படுகிறோம்; நாம் ஒருவர்மீது காதல் வயப்படுகிறோம், பிறகு அவரிடமிருந்து பிரிகிறோம்; நாம் திருமணம் செய்து கொள்கிறோம், பிறகு விவாகரத்து செய்கிறோம்; நாம் வேறோர் இடத்திற்குக் குடிபெயர்கிறோம்; நாம் குழந்தைகளைப் பெற்றுக் கொள்கிறோம். இத்தகைய வாழ்க்கை மாற்றங்களுக்கு யாருமே விதிவிலக்கு அல்லர். இத்தகைய மாற்றங்கள் சிலவற்றைக் கையாள்வதற்கு நாம் புதிய திறமைகளைக் கற்றுக் கொள்ள வேண்டியிருக்கும். நீங்கள் வேலை செய்கின்ற நிறுவனத்தில் ஆள்குறைப்பு நடைபெறும்போது, குறைவான பணத்தில் சிக்கனமாக வாழ்க்கை நடத்துவது எப்படி என்பதை நீங்கள் கற்றுக் கொண்டாக வேண்டும். நீங்கள் ஒரு பெற்றோராக ஆகும்போது, நீங்கள் சமையல் செய்யக் கற்றுக் கொண்டாக வேண்டும். உங்களுக்கு நீரிழிவு நோய் இருப்பது கண்டுபிடிக்கப்பட்டால், உடற்பயிற்சி செய்ய நீங்கள் கற்றுக் கொண்டாக வேண்டும்.

வாழ்க்கையில் ஒரு குறிப்பிடத்தக்க மாற்றம் உங்கள்மீது வலுக்கட்டாயமாகத் திணிக்கப்படும்போது, உங்களால் முடிந்த அளவு அதை ஏற்றுக் கொள்ளுங்கள். ஒரு புதிய வாழ்க்கைத் திறனைக் கற்றுக் கொள்ள அது உங்களைக் கட்டாயப்படுத்தினால், அந்த வாய்ப்பை வரவேற்றுக் கொள்ளுங்கள். அந்த வாய்ப்பை எதிர்க்காதீர்கள், அதனோடு மல்லுக்கு நிற்காதீர்கள். நீங்கள் தற்போது எந்தச் சூழ்நிலையில் இருக்கிறீர்களோ, அதை ஏற்றுக் கொள்ளுங்கள். புதிய சூழல்களுக்கு நீங்கள் உங்களைத் தகவமைத்துக் கொள்ள உங்களுக்கு உதவுவதில் அது ஒரு முக்கியக் காரணியாகத் திகழக்கூடும்.

கற்றலின் நிலைகள்

நம்முடைய பள்ளிப் படிப்பின் பெரும்பகுதியில், நமக்குச் சொல்லப்படுவதை நாம் அப்படியே ஏற்றுக் கொள்கிறோம் என்பதால், ஒரு புதிய திறமையைக் கற்றுக் கொள்வதற்கான ஒரு மனச் செயல்முறையோ அல்லது

எதிர்பார்ப்புகளோ நம்மில் பெரும்பாலானோருக்கு இல்லை. நாம் அறிவைக் கைவசப்படுத்தும்போது நாம் எந்தெந்த நிலைகளின் ஊடாகப் பயணிக்கிறோம் என்பது குறித்த விழிப்புணர்வுகூட நமக்கு இல்லை. கற்றலின் நிலைகளைப் புரிந்து கொள்வது நம்முடைய முன்னேற்றத்தைக் குறித்து வைத்துக் கொள்வதற்கும், அடுத்து நாம் என்ன செய்யப் போகிறோம் என்பதை எதிர்பார்ப்பதற்குமான ஒரு நல்ல வழிக்கு இட்டுச் செல்லக்கூடும்.

1970-ல், 'கார்டன் டிரெயினிங் இண்டர்நேஷனல்' என்ற அமைப்பைச் சேர்ந்த நோயெல் பர்ச் என்பவர், ஒருவர் புதிதாக ஒன்றைக் கற்றுக் கொண்டு அதில் கைதேர்ந்தவராக ஆகும்போது கடந்து செல்கின்ற நான்கு நிலைகளை அடையாளம் கண்டார். இந்த நிலைகளை விளக்குவதற்கு, பியானோ கற்றுக் கொள்ளுதலை நாம் ஓர் எடுத்துக்காட்டாக எடுத்துக் கொள்ளலாம்.

பிரக்ஞையற்றத் தகுதியின்மை: சுருக்கமாகச் சொல்வதென்றால், பிரக்ஞையற்றத் தகுதியின்மை என்பது உங்களுக்கு என்ன தெரியாது என்பது உங்களுக்குத் தெரியவில்லை என்று அர்த்தமாகும். ஒரு புதிய திறமை அல்லது அறிவுக்கு நாம் முதன்முதலாக அறிமுகப்படுத்தப்படுகின்றபோது நாம் இருக்கின்ற நிலை இது. நாம் என்ன செய்து கொண்டிருக்கிறோம், நாம் எதைத் தெரிந்து கொள்ள வேண்டும், நம்முடைய குறிக்கோள்கள் என்னென்ன—இவை எதைப் பற்றியும் நமக்கு எந்த யோசனையும் இல்லாத நிலை அது. அதன் விளைவாக, நம்மையும் அறியாமல் நாம் ஏகப்பட்டத் தவறுகள் செய்வோம்.

பியானோ கற்றுக் கொள்ளுதல் எடுத்துக்காட்டில், இந்த நிலையில் உங்களுக்குத் தெரிந்துள்ள ஒரே விஷயம் ஒரு பியானோ எப்படி இருக்கும் என்பது மட்டும்தான். அதன் ஒலி எப்படி இருக்கும் என்பது உங்களுக்குத் தெரிந்திருக்கலாம். நீங்கள் அந்தப் பியானோவின் விசைகளைத் தொட்டு அழுத்தும்போது ஏதோ நிகழ்கிறது என்பதை நீங்கள் அறிவீர்கள், அவ்வளவுதான். அதற்கு அப்பால், இசைக் குறிப்புகளை எப்படிப் படித்துப்

புரிந்து கொள்வது என்பது பற்றியோ, உங்களுடைய விரல்களால் அந்த விசைப்பலகையை எவ்வாறு கையாள வேண்டும் என்பது பற்றியோ, இசைக் கோட்பாட்டைப் பற்றியோ உங்களுக்கு எந்த யோசனையும் இருக்காது. நீங்கள் பியானோ வகுப்பை முழுமை செய்வீர்களா என்பதுகூட உங்களுக்குத் தெரிந்திருக்காது.

பிரக்ஞையுடன்கூடிய தகுதியின்மை: அடுத்த நிலையில், உங்களுக்கு என்ன தெரியாது என்பது உங்களுக்குத் தெரிந்திருக்கும், ஆனால் அது குறித்து உங்களால் எதுவும் செய்ய முடியாது. இடைப்பட்ட நிலையின் தொடக்கத்தில்தான், நீங்கள் கற்றுக் கொண்டிருக்கின்ற திறமை குறித்தச் சில விஷயங்கள் உங்களுக்குப் பரிச்சயமாகத் தொடங்கும். இன்னும் ஏராளமான விஷயங்கள் உங்களுக்குத் தெரியாது என்பதை நீங்கள் அறிவீர்கள், ஆனால், அந்த அறிவு இடைவெளிகளை அடையாளம் கண்டுகொள்வது எப்படி என்பதையும், அவற்றை நீங்கள் எவ்வாறு நிரப்பப் போகிறீர்கள் என்பதையும் நீங்கள் அறிவீர்கள். இப்போதும் நீங்கள் தவறு செய்வீர்கள், ஆனால் அது குறித்தப் பிரக்ஞை உங்களுக்கு இருக்கும்.

இப்போது, பியானோ பற்றிய ஒரு சில விஷயங்கள் உங்களுக்குத் தெரிந்திருக்கும். நீங்கள் இசைக் குறிப்புகளைப் படித்துப் புரிந்து கொள்ளக்கூடும், அதிக முயற்சியின்றி சில இசைக் குறிப்புகளை உங்களால் வாசிக்க முடியக்கூடும். பியானோ இசைப்பதில் உள்ள சில நுணுக்கங்கள் பற்றிய அறிவை இப்போது நீங்கள் பெற்றிருப்பீர்கள். ஆனால், விரல்களைப் பயன்படுத்துவதற்கான உத்திகளை நீங்கள் இன்னும் கற்றுக் கொண்டிருப்பீர்கள். இந்நிலையில், அதிகச் சிக்கலான இசைக் குறிப்புகளை உங்களால் வாசிக்க முடியாது. நீங்கள் என்ன செய்ய வேண்டும் என்பதை நீங்கள் அறிவீர்கள், ஆனால் போதிய திறமை இன்னும் உங்கள் வசமாகியிருக்காது என்பதால் உங்களால் அதைச் செய்ய முடியாது.

பிரக்ஞையுடன்கூடிய தகுதியுடைமை: உங்களுக்கு என்ன தெரிந்திருக்க வேண்டுமோ, அது இப்போது உங்களுக்குத்

தெரியும். நீங்கள் அதிகத் திறமை வாய்ந்தவராக ஆகத் தொடங்குகிறீர்கள். நீங்கள் அதிகமாகப் பயிற்சி செய்கிறீர்கள். உங்களுடைய புதிய திறமையின் சில குறிப்பிட்ட அம்சங்களை உங்களால் அருமையாகக் கையாள முடிகிறது. நீங்கள் என்ன செய்ய வேண்டும் என்பதை நீங்கள் அறிவீர்கள், நீங்கள் குறைவான தவறுகளைச் செய்வீர்கள். ஆனால், நீங்கள் போக வேண்டிய தூரம் இன்னும் இருக்கிறது. செயல்முறையை நீங்கள் நன்றாக உள்வாங்கிக் கொள்வதற்கும், அதை ஒரு பழக்கமாக ஆக்கிக் கொள்வதற்கும் நீங்கள் கூடுதல் கவனம் செலுத்தியாக வேண்டும்.

இந்நிலையில் நீங்கள் ஓரளவு திறமைசாலியாக ஆகியுள்ளீர்கள். உங்களுடைய அன்றாடப் பயிற்சிக்கு ஓர் அட்டவணையை உருவாக்கிக் கொண்டுள்ளீர்கள். இசைக் கோட்பாட்டின் சில நுட்பமான அம்சங்களை நீங்கள் கற்றுக் கொண்டிருக்கிறீர்கள். சில இசைப் படைப்புகளைக் கேட்கும்போது அவற்றை உங்களால் அடையாளம் காண முடிகிறது, வெறுமனே கேட்டுவிட்டு அவற்றை உங்களால் வாசிக்கவும் முடிகிறது. ஆனால், வேகமான படைப்புகளை வாசிக்க உங்கள் விரல் தசைகளுக்கு இன்னும் பயிற்சி தேவை. இருப்பினும், நீங்கள் முன்னேறிக் கொண்டிருப்பதை நீங்கள் அறிவீர்கள்.

பிரக்ஞையற்றத் தகுதியுடைமை: இறுதியில், உங்களுக்கு என்ன தெரியும் என்பதை நீங்கள் அறிவீர்கள், கண்களை மூடிக் கொண்டு உங்களால் வாசிக்க முடியும். பியானோ வாசிப்புத் திறமையில் நீங்கள் வல்லவராகிவிட்டீர்கள். பியானோ வாசிப்பின் ஒவ்வோர் அம்சமும் உங்களுக்கு அத்துப்படியாகிவிட்டது. உங்களுடைய இலக்குகளை எவ்வாறு அடைவது என்பதை இப்போது நீங்கள் அறிவீர்கள். 'பிரக்ஞையற்ற' என்றால், தூக்கத்தில்கூட இதை உங்களால் செய்ய முடியும் என்று அர்த்தம். அந்த அளவுக்கு அத்திறமையில் நீங்கள் கைதேர்ந்தவராகிவிட்டீர்கள்.

இப்போது நீங்கள் ஒரு சிறந்த பியானோ கலைஞராக ஆகியுள்ளீர்கள். ஆண்டுக்கணக்கில் நீங்கள்

மேற்கொண்ட பயிற்சியின் காரணமாக, உங்கள் விரல்களால் அசாதாரணமான வேகத்தில் வாசிக்க முடிகிறது. எந்தவோர் இசையையும் வெறுமனே கேட்டுவிட்டு உங்களால் வாசிக்க முடிகிறது. நீங்கள் இதற்கு முன்பு கேட்டிராத ஒரு புதிய படைப்பை நீங்கள் வாசிக்க வேண்டியிருக்கும்போது மட்டுமே உங்களுக்கு இசைக் குறிப்புகள் தேவைப்படுகின்றன. அந்தப் படைப்புகள்கூட, நீங்கள் சில முறை வாசித்தவுடன் உங்களுக்கு மனப்பாடமாகிவிடுகின்றன. நீங்கள் பியானோ வாசிக்கும்போது, அந்த இசைக் கருவியுடன் நீங்கள் ஒன்றிப் போய்விடுகிறீர்கள். நீங்கள் ஒரு பியானோ வல்லுநராக ஆகியுள்ளீர்கள். நீங்கள் கார்னகி ஹாலில் வாசித்துக் கொண்டிருக்கிறீர்கள், உங்களோடு சேர்ந்து பணியாற்ற மற்ற இசைக் கலைஞர்கள் முண்டியடித்துக் கொண்டிருக்கின்றனர், நீங்கள் கிராமி விருதுகளைப் பெறுகிறீர்கள், எல்ட்டன் ஜான் உங்களிடம் அறிவுரை நாடுகிறார்.

நாம் எந்தவொரு புதிய திறமையைக் கற்றுக் கொள்ளத் தொடங்கும்போதும் இந்த அனைத்து நிலைகளையும் அடையாளம் காண்பது மிகவும் மதிப்பு வாய்ந்ததாக இருக்கும். நாம் எப்போது, எப்படிக் கற்றுக் கொண்டிருக்கிறோம் என்பது பற்றிய யதார்த்தமான எதிர்பார்ப்புகளை நிர்ணயித்துக் கொள்வதற்கும், நாம் என்ன செய்ய வேண்டுமோ அது பற்றிய ஆழமான உள்நோக்குகளைப் பெறுவதற்கும் இது நமக்கு உதவும். நாம் எந்த நிலையில் இருக்கிறோம், எது நமக்குத் தெரியவில்லை என்பதைத் துல்லியமாக நம்மால் சுட்டிக்காட்ட முடியும்.

மிக முக்கியமாக, இச்செயல்முறை, ஏமாற்ற உணர்வையும் எடைபோடுதல் உணர்வையும் துரத்தியடித்துவிடும். நாம் எதில் இறங்கியுள்ளோம் என்பதை அறிந்திருப்பதன் மூலமும், பின்னடைவுகள் இயல்பானவையே என்பதைப் புரிந்திருப்பதன் மூலமும், முன்னோக்கிச் செல்லத் தேவையான ஊக்கத்தையும் ஊக்குவிப்பையும் நாம் பெறுவோம். கற்றலின் முதல் சில நிலைகள் வேதனைகரமானவையாக

இருக்கும். ஆனால் அது முற்றிலும் இயல்பானது என்பதை நினைவில் கொள்ளுங்கள். ஒரு திறமையில் வல்லவர்களாக ஆகியுள்ள ஒவ்வொருவரும், முதலில் எதுவுமே தெரியாமல்தான் அத்திறமையைக் கற்றுக் கொள்ளத் தொடங்கினர். விடாமுயற்சியோடு தொடர்ந்து முன்னோக்கிச் செல்வதுதான் இந்த முதல் சில நிலைகளைக் கடப்பதற்கான ஒரே தீர்வு.

கற்றலில் ஏராளமான திட்டமிடுதல் உள்ளடங்கியுள்ளது. அதன் பெரும்பகுதி, நாம் என்ன செய்ய விரும்புகிறோம் என்பதை நாம் அறியும் முன்பே நிகழ்ந்துவிடுகிறது. பெரும்பாலான தீர்மானங்களின் விஷயத்தில் நிகழ்வதைப்போலவே, நமக்கு உண்மையிலேயே என்ன தேவை என்பதையும், நாம் எந்த விளைவுகளைப் பெற விரும்புகிறோம் என்பதையும் நாம் சீர்தூக்கிப் பார்த்தாக வேண்டும். அந்தச் சவாலை நோக்கிச் செயல்படுவதற்கு மனரீதியாக நாம் தயாரான பிறகு, நாம் எந்தத் திறமையைக் கைவசப்படுத்தப் போகிறோமோ அந்தத் திறமை பற்றிய நம்முடைய எதிர்பார்ப்புகளை நாம் நிர்ணயிக்கத் தொடங்க வேண்டும்.

இரத்தினச்சுருக்கமாக

- கற்றல் என்றால் என்ன? வலி, அசௌகரியம், எரிச்சல் ஆகியவற்றைத் தாண்டி, கற்றல் என்பது உங்கள் வாழ்க்கையையும் சூழல்களையும் மாற்றுவதற்கான திறனைப் பிரதிநிதித்துவப்படுத்துகிறது. பிரச்சனை என்னவென்றால், எவ்வாறு கற்க வேண்டும் என்பது நமக்கு ஒருபோதும் கற்றுக் கொடுக்கப்படுவதே இல்லை. ஏனெனில், நம்முடைய பள்ளிப் படிப்பின் பெரும்பகுதி, வெறுமனே ஆசிரியர்கள் கூறுவதை அப்படியே கேட்டுக் கொள்வதை மட்டுமே உள்ளடக்கியிருக்கிறது.

- கற்றலில் மேற்கொள்ளப்பட வேண்டிய ஒரு முக்கியமான நடவடிக்கை, நீங்கள் என்ன கற்றுக் கொள்ள விரும்புகிறீர்கள் என்பதைக் கண்டுபிடிப்பதாகும். நமக்குப் பல விருப்பங்கள் இருக்கின்றன, ஆனால் முக்கியமான விஷயங்களுக்கு மட்டுமே நம்முடைய நேரத்தை நாம் அர்ப்பணிக்க வேண்டும். எது முக்கியமான விஷயம்? நம்முடைய மகிழ்ச்சியையும் நம்பகத்தன்மையையும் அதிகரிக்கக்கூடிய, ஒரு வலிமையைப் பயன்படுத்திக் கொள்ளக்கூடிய, ஒரு வாழ்க்கைக் குறிக்கோளை மேம்படுத்தக்கூடிய, ஒரு வாய்ப்பை நன்றாகப் பயன்படுத்திக் கொள்ளக்கூடிய, அல்லது ஒரு சூழலைக் கையாளக்கூடிய விஷயங்களே முக்கியமானவையாகும்.
- கற்றலின் நான்கு முக்கியமான நிலைகளை நீங்கள் தெரிந்து கொள்ள வேண்டும். நீங்கள் எங்கே இருக்கிறீர்கள் என்பதை நீங்கள் அறிந்திருக்கும்போது, நீங்கள் மேற்கொள்ள வேண்டிய நடவடிக்கைகளை உங்களால் சிறப்பாகத் திட்டமிட முடியும். அந்த நான்கு நிலைகள் இவைதாம்: பிரக்ஞையற்றத் தகுதியின்மை, பிரக்ஞையுடன்கூடிய தகுதியின்மை, பிரக்ஞையுடன்கூடிய தகுதியுடைமை, பிரக்ஞையற்றத் தகுதியுடைமை.

அத்தியாயம் 2

உங்கள் எதிர்பார்ப்புகளை நிர்வகியுங்கள்

ஒரு புதிய திறமையைக் கற்றுக் கொள்வது மிகவும் எளிதானது. அது தானாக நிகழ்கிறது. நீங்கள் உங்கள் விரல்களைச் சொடுக்கினால் போதும், அது நிகழ்ந்துவிடும்!

இப்போது நீங்கள் உன்னிப்பாகக் கவனித்துக் கொண்டிருக்கிறீர்கள், இல்லையா? சரி, நாம் இப்போது உண்மை என்னவென்று பார்க்கலாம்.

ஒரு புதிய திறமையைக் கற்றுக் கொள்வது நிச்சயமாக எளிதான காரியமன்று. அது எளிதானதாக இருந்திருந்தால், நாம் எல்லோருமே நம் வாழ்க்கையில் உள்ள அனைத்து விஷயங்கள் குறித்தும் மகிழ்ச்சியாகவும் மனநிறைவோடும் இருப்போம். நாம் நினைத்த மறுகணம் நமக்கு எல்லாம் கிடைத்துவிடும், நமக்கு எந்தக் குறையும் இருக்காது. ஏனெனில், நமக்கு விருப்பமானவற்றை நம்மாலேயே உருவாக்கிக் கொள்ள முடியும். ஆனால், வாழ்க்கையில் அப்படி நிகழ்வதில்லை என்பது உங்களுக்கும் தெரியும், எனக்கும் தெரியும். பலருக்கு, அதற்கு நேரெதிரானதே நிகழ்கிறது.

வாழ்வில் எதுவுமே எளிதன்று, ஆனால் எதுவொன்றும் சாத்தியம்தான்.

பல நேரங்களில், விஷயங்கள் நாம் எதிர்பார்த்ததைவிட அதிகக் கடினமாகும்போது நமக்குள் ஏற்படுகின்ற பாதுகாப்பின்மை உணர்வு மற்றும் மன அழுத்தம் காரணமாக நாம் நம் முயற்சிகளைக் கைவிடுகிறோம். ஒரு தவற்றுக்கோ அல்லது ஏமாற்றமளிக்கும் ஒரு விளைவுக்கோ நாம் விரைவாக எதிர்வினையாற்றிவிட்டு, நம்மால் அந்த விஷயத்தை ஒருபோதும் கற்றுக் கொள்ள முடியாது என்ற முடிவுக்கு நாம் வந்துவிடுகிறோம். நாம் செய்த அந்த ஒரு தவறு நம்முடைய முயற்சிகளுக்குச் சாவுமணி அடித்துவிடும் அளவுக்கு நாம் அது குறித்து வருந்துகிறோம்.

அதனால்தான், ஒரு புதிய திறமையைக் கற்றுக் கொள்வது குறித்து நியாயமான எதிர்பார்ப்புகளை நாம் நிர்ணயிக்க வேண்டியது அவசியமாகிறது. நீங்கள் எதிர்பார்ப்பது நடக்கும் என்பதை உங்களால் நடைமுறைரீதியாகவும் துல்லியமாகவும் உங்கள் மனக்கண்ணில் பார்க்க முடிந்தால், உங்களுக்கு மனச்சோர்வு ஏற்படுவதற்கான வாய்ப்புகள் குறையும், கடினமான பணியை முழுமையாக நிறைவேற்றுவதற்கான உங்கள் வாய்ப்புகள் அதிகரிக்கும். இந்த அத்தியாயம், உங்களுடைய எதிர்பார்ப்புகளைப் பாதிக்கின்ற சில குறைபாடுகளைப் பற்றியும், அவற்றை எவ்வாறு கையாள்வது என்பது பற்றியும், அறிவார்ந்த இலக்குகளை எவ்வாறு நிர்ணயிப்பது என்பது பற்றியும் பேசுகிறது.

இயல்பான திறனுக்கு அளவுக்கதிகமாக முக்கியத்துவம் கொடுக்கப்படுகிறது

ஏதோ ஒன்றில் 'இயல்பாகவே' திறன் பெற்றிருப்பது உங்களுக்கு உதவுமா? நிச்சயமாக. அதை மறுப்பதற்கில்லை.

ஆனால், நீங்கள் இந்த பூமியில் இருந்து வந்துள்ள காலத்தில் ஒரு சில விஷயங்களை நீங்கள் ஏற்கனவே

சாதித்துள்ளீர்கள், எதிர்காலத்தில் இன்னும் ஏராளமானவற்றை நீங்கள் சாதிப்பீர்கள். நீங்கள் செய்துள்ள அல்லது செய்யவிருக்கின்ற அனைத்திலும் உங்களுக்கு இயல்பாகவே அபாரமான திறன் இருப்பது சாத்தியமே இல்லை. நீங்கள் சாதித்துள்ளவை உங்களுடைய கடின உழைப்பாலும், நீங்கள் கஷ்டங்களைத் தாங்கிக் கொண்டதாலும், விஷயங்களைக் கற்றுக் கொண்டு விளைவுகளை மேம்படுத்தியதாலும் மட்டுமே சாத்தியமாகியுள்ளன.

இயல்பான திறன் மட்டுமே முக்கியம் என்பது உண்மையன்று. ஒரு புதிய பணித்திட்டத்தில் செயல்படத் தொடங்குவதற்கு உங்களுக்கு 'இயல்பான' திறன் இருக்க வேண்டிய தேவையில்லை. எவரொருவராலும் புதிய திறமைகளைக் கற்றுக் கொள்ளவும் திறன்களை வளர்த்துக் கொள்ளவும் முடியும் என்று நான் உறுதியாக நம்புகிறேன். அதனால்தான், 'இயல்பான' என்ற சொல்லை நான் அடைப்புக்குறிகளுக்குள் போட்டுள்ளேன். இயல்பான திறனும் மரபியலும் சில விளையாட்டு முயற்சிகளுக்கு உதவிகரமாக இருக்கக்கூடும், ஆனால் மற்ற அனைத்தும் எவரொருவரும் அடையக்கூடியவையே. அவர்கள் அதற்கு முயற்சி செய்ய வேண்டும், அதற்குத் தேவையான உழைப்பைக் கொடுக்க வேண்டும், அவ்வளவுதான். நீங்கள் தொடக்கத்திலேயே அதில் சிறந்தவராகத் திகழாமல் இருக்கலாம், ஆனால் உங்களால் மேம்பட முடியும். அதுதான் எதிர்பார்ப்புகளை நிர்ணயிப்பதற்கு இன்றியமையாதது.

இயல்பான திறனுக்கு அளவுக்கதிகமான முக்கியத்துவம் கொடுக்கப்படுகிறது. ஆனால், உண்மையில், கடின உழைப்பும் வளர்ச்சியுமே முக்கியம். சர் அலெக்ஸ் ஃபெர்கூசன் கூறியதுபோல, "இயல்பான திறன் போதுமான அளவு கடினமாக உழைக்காதபோது, கடின உழைப்பு எப்போதும் இயல்பான திறனை விஞ்சிவிடும்." ஒரு புதிய திறமையை நம்முள் வளர்த்தெடுப்பதில் கடின உழைப்பை நான் அதிகமாக நம்புகிறேன். அப்புதிய திறமையோடு கூடவே, அந்நபர், தாங்குதிறனையும் ஒழுங்கையும்

மன உறுதியையும் தன்னுள் வளர்த்துக் கொள்வார். ஒரு புதிய விஷயத்தைக் கற்றுக் கொள்வதில் நாம் எதிர்கொள்கின்ற போராட்டத்தின் வாயிலாக ஒரு குறிப்பிட்ட மீள்திறனையும் அறிவையும் நாம் கைவசப்படுத்துகிறோம்.

ஒரு குறிப்பிட்டத் திறன் இல்லாமல் இருப்பதில் உண்மையில் ஒரு நன்மை ஒளிந்திருக்கிறது. ஒரு புத்தம்புதிய கண்ணோட்டம்தான் அது. ஒரு குறிப்பிட்ட விஷயத்தில் மிகவும் திறமைசாலியாக இருக்கின்ற ஒருவரால் அதைப் பாரபட்சமற்றக் கண்ணோட்டத்தில் பார்க்க முடியாமல் போகக்கூடும். அவர்கள் இயல்பாகவே ஒரு விஷயத்தில் திறமை பெற்றவர்களாக இருப்பதால், அத்தகைய இயல்பான திறமை இல்லாதவர்கள் அதைக் கைவசப்படுத்துவதையும் அவர்களுடைய வாழ்க்கையையும் பற்றி அவர்களால் புரிந்து கொள்ளவே முடியாது. தங்களுடைய வேலையைச் செய்து முடிப்பதில் அவர்கள் வல்லவர்களாக இருக்கின்றனர், ஆனால் தாங்கள் அதை எப்படிச் செய்கிறோம் என்பதை மற்றவர்களுக்கு அவர்களால் ஒருபோதும் தெளிவாக விளக்க முடிவதில்லை. அவர்கள் செய்து முடித்துவிடுகின்றனர், அவ்வளவுதான். அது மற்றவர்களுக்கு உதவிகரமாக இருப்பதில்லை.

இயல்பாக ஒரு திறன் இல்லாத, அதை முதலிலிருந்து கற்றுக் கொள்ள வேண்டியிருக்கின்ற மக்கள், வேறொரு விதமான கண்ணோட்டத்தைக் கொண்டிருக்கின்றனர். தொடக்கத்திலிருந்து ஒரு திறமையைக் கற்றுக் கொள்வதற்கு எவையெல்லாம் தேவைப்படும், எவையெல்லாம் செய்யப்பட வேண்டும் என்பதை அவர்கள் அறிந்துள்ளனர். அந்தக் கண்ணோட்டம் மிகவும் மதிப்பு வாய்ந்தது. அதனால்தான், ஆசிரியர்களும் பயிற்றுவிப்பாளர்களும் இருக்கின்றனர், வெற்றிகரமான சுயமுன்னேற்ற நூல்களும் பயிற்சிப் பட்டறைகளும் கொழித்துக் கொண்டிருக்கின்றன. பிறரைப் பார்த்து அல்லது அவர்களிடமிருந்து கேட்டறிந்து பின்பற்றத்தக்க நடவடிக்கைகள் மக்களுக்குத் தேவைப்படுகின்றன. இயல்பாகவே திறன் பெற்றவர்களால் தங்களுடைய

சிந்தனைச் செயல்முறைகளை விளக்க முடிவதில்லை. ஏனெனில், அவர்கள் பெரும்பாலும் பிரக்ஞையின்றி அவற்றைச் செய்கின்றனர்.

என்னுடைய நெடுநாள் நண்பர் ஒருவர், மலைப் பாதையில் சைக்கிள் ஓட்டும் போட்டியில் ஒரு முறை தன்னார்வத் தொண்டு செய்ததைத் தொடர்ந்து, அந்த சாகச விளையாட்டைக் கற்றுக் கொள்வதென்று தீர்மானித்தார். கற்றுக் கொள்வதற்கு எந்த சைக்கிள்கள் சிறந்தவை என்று ஆய்வு செய்துவிட்டு, இறுதியில் அவர் ஒரு சைக்கிளை வாங்கினார். பிறகு, அந்த விளையாட்டு தொடர்பான யூடியூப் காணொளிகளில் அவர் தன்னை மூழ்கடித்துக் கொண்டார். அவருடைய நண்பர்கள் சிலரும் அவருக்கு அறிவுரைகள் வழங்கி வழிகாட்டினர். காலப்போக்கில், இலவசமாகவும் தொழில்முறைரீதியான உதவி எதையும் நாடாமலும் இப்படிக் கற்றுக் கொண்ட பிறகு, ஒரு பனிச்சறுக்கு மலையின் உச்சியிலிருந்து அவர் தன்னுடைய சைக்கிளில் பயணித்து அதன் அடிவாரத்தை அடைந்தார். மற்றவர்கள் செய்ததை வெறுமனே அவதானித்துவிட்டு அவர் அந்த விளையாட்டைக் கற்றுக் கொண்டார்.

அசாதாரணமான சமநிலையும் வலிமையும் கொண்ட, ஒரு சைக்கிளில் மலைப்பாதைகளில் பயணிக்கக்கூடிய ஒரு வல்லுநரைவிட என் நண்பரால் ஒரு சிறந்த ஆசிரியராக ஆக முடியும் என்று நீங்கள் நினைக்கிறீர்களா?

மீண்டும் மீண்டும் பயிற்சி செய்வதன் மூலம், திறன் உட்பட எதுவொன்றையும் கற்றுக் கொள்ள முடியும். தேவையான உழைப்பைக் கொடுக்கத் தயாராக இருக்கின்ற எவரொருவராலும் இப்பழக்கங்களை வளர்த்துக் கொள்ள முடியும். இப்பழக்கங்கள், இயல்பான திறனைவிட அதிக மதிப்பு வாய்ந்தவை. தான் எதுவும் செய்யாமல் இருப்பதற்கான ஒரு சாக்குப்போக்காகத் திறனின்மையை எவரும் ஒருபோதும் பயன்படுத்தக்கூடாது. மாறாக, தாங்கள் மனது வைத்தால் தங்களால் எதையும் சாதிக்க முடியும் என்ற மன உறுதியை அவர்கள் தங்களிடம் வளர்த்துக்

கொள்ள வேண்டும்.

கடின உழைப்பைக் கொண்டு திறனின்மையிலிருந்து மீண்டுவிட முடியும் என்பதற்கான ஏராளமான கதைகளை உங்களால் எளிதாகக் கண்டுபிடிக்க முடியும். என்னை எப்போதுமே கவர்ந்து வந்துள்ள கதை தாமஸ் ஆல்வா எடிசனைப் பற்றியது. சிறு வயதில் அவருடைய ஆசிரியர்கள் அவரை ஒரு முட்டாள் என்று கூறினர், ஆனால் ஓராயிரம் முறை முயற்சி செய்த பிறகு அவர் ஒரு மின்விளக்கைக் கண்டுபிடித்தார் என்பது வரலாறு. "நான் ஓராயிரம் முறை தோற்கவில்லை, மாறாக, ஒரு மின்விளக்கைக் கண்டுபிடிப்பதற்கு ஓராயிரம் நடவடிக்கைகள் மேற்கொள்ளப்பட வேண்டியிருந்தன," என்று எடிசன் கூறினார்.

கற்றலில் தோல்விகள் எதுவும் கிடையாது, தொடர்ச்சியான முயற்சிகள் மட்டுமே உண்டு என்பது எடிசனின் சிந்தனைமுறையாக இருந்தது. அது நமக்கு அதிகாரமளிக்கின்ற ஒரு யோசனையாகும். தோல்வி ஏதோ தீண்டத்தகாத ஒன்று என்ற எண்ணத்தை அது வேரறுத்துவிட்டு, தோல்வி என்பது உண்மையில் எல்லோரும் தங்கள் வாழ்வில் ஏதோ ஒரு கட்டத்தில் எதிர்கொள்கின்ற ஒரு செயல்முறையின் ஒரு பகுதி மட்டுமே என்று தோல்வியை அது வரையறுக்கிறது. தோல்விகள் உங்களுடைய கற்றல் கணங்களாகும். நீங்கள் ஒரு திறமையைக் கற்றுக் கொண்டிருக்கும்போது, எது சரியாக வேலை செய்யவில்லை, எது வேலை செய்கிறது என்பதை நீங்கள் அனுபவபூர்வமாகவும் தர்க்கரீதியாகவும் தெரிந்து கொள்கிறீர்கள். அதாவது, உங்களுடைய மனச் செயல்முறைகள் சரியாக இயங்கிக் கொண்டிருக்கின்றன என்று அர்த்தம். நீங்கள் உழைக்கின்ற அளவுக்கு உங்கள் விளைவுகள் பெரிதாக இல்லாமல் போகலாம், ஆனால் அது ஒரு பொருட்டன்று.

நடைமுறைச் சாத்தியமுள்ள எதிர்பார்ப்புகளைக் கொண்டிருங்கள்

ஒரு குறிப்பிட்டப் பணி வரவிருப்பதை நாம் அறிந்தால்,

அதைப் பற்றிச் சிந்திப்பதில் நாம் சிறிது நேரத்தைச் செலவிடுகிறோம். நாம் என்ன செய்தாக வேண்டும் என்பதைப் பற்றி மட்டுமல்லாமல், அதைச் செய்வதன் மூலம் நான் என்ன சாதிப்பதை எதிர்பார்க்கிறோம் என்பதைப் பற்றியும் நாம் சிந்திக்கிறோம். பெரும்பாலும் இந்தத் திட்டமிடுதல் கட்டத்தில்தான் ஒரு பணித்திட்டம் ஒரு பின்னடைவைச் சந்திக்கிறது. நடைமுறைச் சாத்தியமற்ற எதிர்பார்ப்புதான் அது.

பெரும்பாலான நேரம், நடைமுறைச் சாத்தியமற்ற இந்த எதிர்பார்ப்புகள் அதீத நன்னம்பிக்கையுடன்கூடியவையாக இருக்கின்றன. நாம் எதைச் சாதிக்க விரும்புகிறோமோ அது பற்றிய ஒரு கச்சிதமான படம் நம் மனத்தில் இருக்கிறது. வேறொருவர் அதைக் கச்சிதமாகச் சாதித்திருப்பதைப் பார்த்து அந்தப் படத்தை நம் மனத்தில் நாம் உருவாக்கி வைக்கிறோம். அந்தக் கச்சிதமான எடுத்துக்காட்டிற்குப் பின்னால் பல ஆண்டுகாலப் பயிற்சியும் உழைப்பும் இருப்பதை நாம் அறிவுபூர்வமாக அறிந்திருந்தாலும், நாம் அதை முதல் முறை முயற்சி செய்து அதில் தோல்வியுற்றால், சில நேரங்களில், நாம் முற்றிலுமாகத் தோற்றுவிட்டதாக நாம் உணர்கிறோம். இது பைத்தியக்காரத்தனமானது, ஆனால் நாம் பெரும்பாலும் இப்படித்தான் சிந்திக்கிறோம்.

ஒரு சொடுக்குப் போடும் நேரத்திற்குள் ஒரு புதிய திறமையை உங்களால் கற்றுக் கொண்டுவிட முடியும் என்ற நடைமுறைச் சாத்தியமற்ற எதிர்பார்ப்பு உங்களுக்கு இருந்தால், நீங்கள் பின்தங்கினாலோ அல்லது சில குறிப்பிட்ட மைல்கற்களைத் தவறவிட்டாலோ, நீங்கள் ஏமாற்றமடையப் போவது உறுதி. உங்கள் வேகம் குறையக்கூடும். ஒரு கட்டத்தில், இம்முயற்சியே வீண்தானோ என்று நினைத்து அதைக் கைவிடும் அளவுக்கு நீங்கள் ஊக்கமிழப்பீர்கள். எதிர்பார்ப்பு எவ்வளவு பெரியதாக இருக்கிறதோ, தோல்வியும் வீழ்ச்சியும் அவ்வளவு பெரியவையாக இருக்கும். இந்த மனப்போக்கு நம்மிடம் வேரூன்றும்போது, நம்முடைய பிற பணித்திட்டங்களை நிறைவேற்றுவதை அது அதிகக் கடினமாக்கும். நமக்கு மிகவும் பழக்கப்பட்ட

வேலைகளைச் செய்வதுகூடக் கடினமாகிவிடும். நியாயமற்ற ஒப்பீடுகளும் நம் மண்டைக்குள் ஓடத் தொடங்கும். நம் விருப்பம் வெறும் பகற்கனவோ என்று நினைக்க அது நம்மைத் தூண்டும்.

அவநம்பிக்கையுடன்கூடிய இலக்குகளை நிர்ணயிப்பதிலும் ஓர் ஆபத்து இருக்கிறது. குறைவான எதிர்பார்ப்புகள், ஒரு பணித்திட்டம் தொடங்கப்படுவதற்கு முன்பே அதைத் தடம் புரளச் செய்துவிடும். ஏனெனில், நேர்மறையான உணர்வுகளைவிட எதிர்மறையான உணர்வுகள் பொதுவாக வேகமாக நம்மை ஆட்கொள்கின்றன. நம்பிக்கையால் ஊக்கம் பெறுவதைவிட அவநம்பிக்கையால் தோற்கடிக்கப்படுவது அதிக சுலபமானது. அவநம்பிக்கை ஓர் அழிவுபூர்வமான உணர்வாகும்.

நியாயமான மற்றும் அறிவார்ந்த எதிர்பார்ப்புகளை நிர்ணயித்து அவற்றை நிர்வகிப்பது எந்தவொரு புதிய திறமையைக் கைவசப்படுத்துவதற்கும் முக்கியமானது. நடைமுறைச் சாத்தியமுள்ள மற்றும் அடையப்படக்கூடிய எதிர்பார்ப்புகள் இல்லாவிட்டால், ஒரு புதிய சாதனை குறித்த உற்சாகம் வெறுப்பாகவோ அல்லது விரக்தியாகவோ மாறிவிடும்.

எவை நியாயமான எதிர்பார்ப்புகள் என்பதைத் தீர்மானிப்பதற்கு உலகளாவிய தனியொரு தீர்வு எதுவும் இல்லை. வேலை நடத்தையை ஆய்வு செய்கின்ற ஆராய்ச்சியாளர்கள்கூட வேறுபட்டக் கண்ணோட்டங்களைக் கொண்டுள்ளனர். ஆனால், லண்டன் பல்கலைக்கழகக் கல்லூரியைச் சேர்ந்த ஓர் ஆராய்ச்சியாளர், சுமார் 100 நபர்களின் பழக்கங்களைப் பன்னிரண்டு வாரங்களுக்கு மேல் ஆய்வு செய்தபோது, ஒரு புதிய நடத்தை ஒரு பழக்கமாக ஆவதற்கு சராசரியாக 66 நாள்கள் ஆகின்றன என்று கண்டுபிடித்தார். வேறு பல ஆய்வுகள், ஒரு புத்தம்புதிய திறமையின் அடிப்படைகளில் கைதேர்ந்தவராக ஆவதற்கு ஏறத்தாழ 25–30 மணிநேரம் தேவைப்படக்கூடும் என்று முடிவு கூறியுள்ளன.

என்னைப் பொறுத்தவரை, அந்தக் கணக்குகளெல்லாம் காகிதத்தில் வேண்டுமானால் சாத்தியமுள்ளவைபோலத் தோன்றக்கூடும். சிலருக்கு, அந்த நேரம் மிகவும் அதிகம் என்பதுபோலத் தோன்றக்கூடும். அதனால் எந்தப் பிரச்சனையும் இல்லை. உங்களுடைய தற்போதைய சூழ்நிலைக்கு நியாயமானவையாகத் தோன்றுகின்ற எதிர்பார்ப்புகளை நிர்ணயிப்பதுதான் உங்களுடைய முக்கிய இலக்கு. உங்களை மிகவும் குறைத்து மதிப்பிட்டுவிடாதீர்கள், அதே நேரம், உங்களை மிதமிஞ்சியும் மதிப்பிட்டுவிடாதீர்கள். ஒவ்வோர் அடியாக முன்னோக்கி எடுத்து வையுங்கள். உங்களுக்குப் பதற்றம் ஏற்படுத்தாத இலக்குகளை நிர்ணயம் செய்யுங்கள். அதே நேரம், அவற்றை அடைந்தால் ஒரு சாதனையுணர்வு உங்களுக்கு ஏற்படும்படியான இலக்குகளாக அவை இருக்கும்படி பார்த்துக் கொள்ளுங்கள். ஒரு புதிய திறமையைக் கற்றுக் கொள்வதற்கும் இவையெல்லாம் பொருந்தும்.

எடுத்துக்காட்டாக, பிரெஞ்சு சமையலை அதன் அடிப்படைகளிலிருந்து கற்று அதில் வல்லவராக ஆக நீங்கள் விரும்புவதாக வைத்துக் கொள்வோம். மிதமிஞ்சிய எதிர்பார்ப்புகளுடன் அம்முயற்சியில் இறங்குவது மிகவும் சுலபம். எந்தெந்தப் பொருள்களை எந்தெந்த அளவுகளில் பயன்படுத்த வேண்டும் என்பது உள்ளுணர்வுரீதியாக உங்களுக்குத் தெரியாது. முதல் முயற்சியிலேயே ஒரு சாக்லெட் மூஸையோ அல்லது பிரெஞ்சு ஆனியன் சூப்பையோ உங்களால் தயாரித்துவிட முடியாது. இன்னும் சொல்லப் போனால், வெங்காயத்தைச் சரியாக வெட்டுவதற்குக்கூட உங்களுக்கு ஒரு சில நாள்கள் தேவைப்படக்கூடும்.

நீங்கள் மிகக் குறைவான எதிர்பார்ப்புகளையும் நிர்ணயிக்கக்கூடும். உங்களுடைய பிரெஞ்சு ஆனியன் சூப்புக்கு, டப்பாக்களில் அடைக்கப்பட்டு விற்பனை செய்யப்படுகின்ற சூப்பை நீங்கள் பயன்படுத்தக்கூடும். அதே ஓரிரு மூலிகைகளை எல்லாவற்றுக்கும் பயன்படுத்திவிட்டு, அதைப் பிரெஞ்சு சமையல் என்று நீங்கள் அழைக்கக்கூடும். சுருக்கமாகச் சொன்னால்,

உங்களுக்கு அதில் அக்கறை இல்லை என்று அர்த்தம்.

அப்படியானால்,எவை நியாயமான எதிர்பார்ப்புகள்? முதலில், நீங்கள் ஒரு கற்றல் சூழ்நிலையில் இருக்கிறீர்கள் என்பதையும், எல்லாவற்றையும் ஒரே நேரத்தில் கற்றுக் கொள்ள வேண்டிய அழுத்தத்தை நீங்கள் உணரத் தேவையில்லை என்பதையும் உணர்ந்திடுங்கள். முதலில், சூப்புக்கான ஸ்டாக்கை எப்படித் தயாரிப்பது என்பதைக் கற்றுக் கொள்ளுங்கள். பல மூலிகைகளை முயற்சி செய்து பார்த்துவிட்டு, எவை உங்களுக்குப் பிடித்திருக்கின்றன என்பதைக் கண்டுபிடியுங்கள். முட்டைகளை நன்றாக அடித்துக் கலக்கி மடிப்பது என்பது போன்ற திறமைகளைப் பயிற்சி செய்து அவற்றில் கைதேர்ந்தவராக ஆகுங்கள். இந்த எதிர்பார்ப்புகள் அனைத்தும், அடிப்படைச் சமையல் செயல்பாடுகள் உங்களுக்கு ஏற்கனவே தெரியும் என்று அனுமானிக்கின்றன. ஒருவேளை அந்த அடிப்படைச் செயல்பாடுகள் உங்களுக்குத் தெரியாது என்றால், நீங்கள் தொடங்க வேண்டிய இடம் அதுதான்.

உங்களுக்கு ஏற்கனவே தெரிந்திருக்கின்ற விஷயங்கள், நீங்கள் தெரிந்து கொள்ள விரும்புகின்ற விஷயங்கள், நீங்கள் கற்றுக் கொள்ள விரும்புகின்ற திறமையைப் பெறுவதற்கு நீங்கள் இன்னும் எவ்வளவு விஷயங்களை அறிந்து கொள்ள வேண்டும் என்பது பற்றிய ஒரு யதார்த்தமான புரிதல் ஆகியவற்றுக்கு ஏற்ப உங்களுடைய எதிர்பார்ப்புகளை நிர்ணயித்துக் கொள்ளுங்கள்.

ஒரு நீண்ட பயணத்திற்குத் தயாராகுங்கள்

உங்களுடைய எதிர்பார்ப்புகளை நிர்ணயிப்பதற்கான இன்னொரு முக்கியமான வழி, ஒரு நீண்ட பயணத்தை எதிர்பார்ப்பதாகும். குறுக்குவழிகளை அல்லது அதிர்ஷ்டங்களை எதிர்பார்க்காதீர்கள். ஒரு மெதுவான, படிப்படியான முன்னேற்றத்திற்குத் திட்டமிடுங்கள். அதைத்தான் நம்மால் யதார்த்தமாக எதிர்பார்க்க முடியும்.

இசைக் கலைஞர்களிடையே ஒரு கூற்று உண்டு: ஒருவர் ஒரு நேரடியான பதிலையும் வழிகாட்டுதலையும் எதிர்பார்த்து, "கார்னகி அரங்கிற்கு எவ்வாறு செல்வது?" என்று கேட்டால், அதற்கான பதில், "பல ஆண்டுகாலக் கடின உழைப்பு; அர்ப்பணிப்பு; பிற அனைத்தையும் ஒதுக்கித் தள்ளுதல் ஆகியவைதாம்," என்பதுதான்.

என்னுடைய பழைய கல்லூரி நண்பன் ஒருவனை நான் சந்தித்தேன். அவன், வழக்கமாகக் கூறப்படுகின்ற 10,000 மணிநேரப் பயிற்சியை மேற்கொண்டு, பியானோ வாசிப்பதில் திறமைசாலியாக ஆகியிருந்தான். ஆனால், அவனுடைய குழந்தைப்பருவத்தில் அவன் தன்னுடைய பியானோவின் முன்னால்தான் வாழ்க்கையே நடத்தினான். அவனுடைய பியானோ ஆசிரியர் அவனை அத்தகைய கடுமையான ஒழுங்கிற்கு உட்படுத்தியிருந்தார். அதுதான் கார்னகி அரங்கில் வாசிப்பதற்கான ஒரே வழி என்று நம்பி என் நண்பனும் அதை ஏற்றுக் கொண்டு அதன்படி நடந்து அதற்குப் பழகிவிட்டான்.

அவனைப் பொறுத்தவரை அந்தத் தியாகம் மதிப்பு வாய்ந்ததாக இருந்தது. ஏனெனில், அந்தக் கடுமையான பயிற்சிக்கு அவன் தன்னை முழுவதுமாகத் தயார்படுத்தியிருந்தான். பியானோ வாசிப்பதில் இயல்பாகவே அவன் திறன் பெற்றவனாக இருந்தபோதிலும், ஒரே இரவில் வெற்றி கிட்டிவிடும் என்று அவன் எதிர்பார்க்கவில்லை. தான் பயணிக்க வேண்டிய தூரம் எவ்வளவு இருந்தது என்பதை அவன் அறிந்திருந்தான்.

உங்கள் இலக்கு எதுவாக இருந்தாலும் சரி, நீங்கள் பயணிக்கின்ற பாதையும் எதுவாக இருந்தாலும் சரி, அது ஒரு நீண்ட பாதை என்று நீங்கள் அனுமானித்துக் கொண்டாக வேண்டும். வழியில் உங்களுக்கு ஏதேனும் அதிர்ஷ்டம் கிட்டும் என்றோ, உங்கள் வளர்ச்சி ஒரு நேர்க்கோட்டில் மட்டும்தான் இருக்கும் என்றோ நீங்கள் அனுமானிக்கக்கூடாது. நீங்கள் அதற்கு ஆசைப்படலாம், ஆனால் அதற்குத் திட்டமிடுவது உங்களுடைய மாபெரும் வீழ்ச்சிகள் மற்றும் ஏமாற்றங்களில் ஒன்றாக

இருக்கக்கூடும். ஏதோ குறுக்குவழிகள், நீங்கள் முதலீடு செய்ய வேண்டிய நேரத்தையும் உழைப்பையும் மாயாஜாலமாகக் குறைத்துவிடும் என்றும் நீங்கள் அனுமானித்துவிட முடியாது. குறுக்குவழிகளைச் சார்ந்திருப்பது இன்னும் பெரியதொரு தவறாக இருக்கும்.

"வெற்றிக்கான மின்தூக்கி வேலை செய்யவில்லை, ஆனால் மாடிப்படிகள் எப்போதுமே இருக்கின்றன," என்று ஜிக் ஜிக்லர் கூறியுள்ளார். நீங்கள் கடினமாக உழைக்க வேண்டியிருக்கும் என்றும், ஒரு செயல்முறைக்குப் பிறகு நீங்கள் வெற்றியை எட்டுவீர்கள் என்றும் நீங்கள் எதிர்பார்க்கலாம். வெற்றி உங்கள் உரிமை என்ற உணர்வு மட்டும் உங்கள் தலைக்கு ஏறிவிடாமல் பார்த்துக் கொள்ளுங்கள். அது மிக மோசமானது. நீங்கள் கடினமாக உழைத்திருந்தாலும்கூட, எவருக்குமே வெற்றி அவர்களுடைய உரிமையாகிவிடாது. நீங்கள் 'அந்த' எதிர்பார்ப்பைக் கொண்டிருந்தால், மகிழ்ச்சி ஒரு கருப்பு-வெள்ளைச் சட்டகத்திற்குள் அடைக்கப்பட்டுவிடும். நீங்கள் வெற்றி பெற்றால் மகிழ்ச்சி கொள்வீர்கள், இல்லாவிட்டால் நீங்கள் மனச்சோர்வு கொள்வீர்கள். ஓர் இடைப்பட்ட நிலை என்று எதுவும் அங்கு இருக்காது.

நிஜ வாழ்க்கை அப்படி இல்லை. பெரும் அளவிலான இடைப்பட்ட நிலைகள் அங்கு உண்டு. நீங்கள் அவற்றுக்குள் இயங்கியாக வேண்டும். நீண்ட பாதையை ஏற்றுக் கொள்ள மறுப்பது, முன்னேற்றத்தால் தூண்டப்பட்ட ஒரு நிலையான வழியில் நீங்கள் திட்டமிட உங்களைக் கட்டாயப்படுத்துகிறது. வெற்றிக்கான ஒரு வலிமையான அடித்தளத்தை உருவாக்குகின்ற விதத்தில் நீங்கள் நடந்து கொள்ள அது உங்களைத் தூண்டுகிறது.

நீங்கள் பதினைந்து மைல் தூர நடைப்பயணம் ஒன்றில் ஈடுபடப் போவதாக வைத்துக் கொள்வோம். முதல் சூழலில், அப்பயணம் சுலபமானதாக இருக்கும் என்றும், நீங்கள் ஒரு வலிமையான உடற்கட்டைக் கொண்டிருக்கிறீர்கள் என்றும் நீங்கள் நினைக்கிறீர்கள். நீங்கள் சரியான காலுறைகளும் காலணிகளும் அணிந்து கொள்ள வேண்டியதை நீங்கள் அலட்சியம் செய்கிறீர்கள். நீங்கள் ஒரே ஒரு தண்ணீர் பாட்டிலுடன்

உங்கள் நடைப்பயணத்தைத் தொடங்குகிறீர்கள். வழியில் எந்த இடையூறும் ஏற்படாது என்று நீங்கள் நினைக்கிறீர்கள். ஒரு புயல் வருவதற்கான வாய்ப்பு இருப்பதை நீங்கள் கணக்கில் எடுத்துக் கொள்ளத் தவறுகிறீர்கள். திடீரென்று வெப்பநிலை குறைகிறது, மணிக்கணக்கில் மழை பெய்கிறது, நீங்கள் தொப்பலாக நனைகிறீர்கள், உங்கள் உடலின் வெப்பநிலை குறைகிறது, நீங்கள் இறந்துவிடுகிறீர்கள்.

இரண்டாவது சூழலில், நீங்கள் ஒரு நல்ல உடல்திறனுடன் இருப்பது உங்களுக்குத் தெரியும். ஆனால், ஒரு பதினைந்து மைல் தூர நடைப்பயணம் என்பது வாரத்திற்கு மூன்று நாள்கள் உடற்பயிற்சி மையத்திற்குச் செல்வதிலிருந்து பெருமளவு வேறுபட்டது என்பதை நீங்கள் அறிவீர்கள். நீங்கள் நல்ல காலுறைகளும் காலணிகளும் அணிந்து கொண்டு ஒரு பெரிய முதுகுப்பையுடன், ஓரிரு முறை, ஓர் ஏழு-மைல் தூர நடைப்பயணம் மேற்கொண்டு பயிற்சி செய்கிறீர்கள். உங்கள் குழு அனுமதிக்கின்ற அளவு தண்ணீரை நீங்கள் உங்களுடன் கொண்டு செல்கிறீர்கள். வானிலை அறிக்கையைக் கவனித்துவிட்டு ஒரு மழைக்கோட்டையும் கை வெப்பமூட்டிகளையும் நீங்கள் எடுத்துச் செல்கிறீர்கள்.

உங்கள் பாதை மிக நீளமானது என்பதை ஏற்றுக் கொள்வதன் மூலம் சிறப்பாகத் திட்டமிடுவதை இவ்விரண்டில் எந்தச் சூழல் சிறப்பாகப் பிரதிநிதித்துவப்படுத்துகிறது?

காரில் சென்றால் ஒரு பதினைந்து நிமிடப் பயண தூரத்தில் உள்ள ஒரு மளிகைக் கடைக்குச் செல்வதற்கு நீங்கள் உங்கள் இருக்கைப் பட்டியை அணியாமல் செல்லக்கூடும், டயர்களில் காற்று குறைவாக இருப்பதைப் பொருட்படுத்தாமல் போகக்கூடும். காரில் வேறு ஏதேனும் சிறு குறைபாடுகள் இருந்தால் அது ஒரு பெரிய விஷயமில்லை என்று நீங்கள் நினைக்கக்கூடும். ஆனால், ஓர் எட்டு மணிநேரப் பயணத்தை நீங்கள் மேற்கொள்வதாக இருந்தால், நீங்கள் மிகவும் வித்தியாசமாக நடந்து கொள்வீர்கள். ஏனெனில், அந்தச்

சிறிய நடவடிக்கைகள் அல்லது குறைபாடுகள் ஒரு மிகப் பெரிய பாதிப்பை ஏற்படுத்தக்கூடும்.

வெற்றியும் புகழும் ஈட்டியுள்ள ஒவ்வொருவரும், தேவையான அளவு வியர்வை சிந்திக் கடினமாக உழைத்துள்ளனர், பணக்காரக் குடும்பங்களில் பிறந்துள்ளவர்கள் உட்பட. அவர்களுக்கு அது ஓரளவு அனுகூலமாக இருக்கலாம், ஆனால் தொடர்ச்சியான வெற்றிக்கு அவர்களுடைய செழிப்பு உத்தரவாதம் அளிப்பதில்லை.

எதுவுமே (உண்மையில்) இலவசமன்று

தற்போது, உடனடி வெகுமதி தேடுதல் முன்பைவிட அதிகப் பரவலாக இருக்கின்ற ஒரு சமுதாயத்தில் நாம் வாழ்கிறோம். இசைக் கச்சேரிகளுக்கு இலவச நுழைவுச் சீட்டு, இணையதள 'வெகுமதிகள்' போன்றவை சிறிய விஷயங்களாக இருந்தாலும்கூட, நாம் விரும்புவதை அதிக முயற்சியின்றி நம்மால் பெற்றுவிட முடியும் என்ற பிம்பத்தை அவை உருவாக்குகின்றன. ஒன்று முற்றிலும் இலவசமாக நமக்குக் கிடைக்காவிட்டால்கூட, கிட்டத்தட்ட எல்லாவற்றையும் முன்பைவிட அதிக வேகமாக நம்மால் பெற்றுவிட முடியும் என்பதுபோலத் தோன்றுகிறது.

ஆனால், ஒரு புதிய திறமையைக் கைவசப்படுத்துதல், வாழ்வின் போக்கைத் தீர்மானித்தல் என்பன போன்றவற்றில் அது உண்மையாக இருப்பதில்லை. இத்தகைய விஷயங்களுக்கு அர்ப்பணிப்பும், நேரமும், முயற்சியும், பணமும் எப்போதும் தேவைப்படும். அவை ஒருபோதும் இலவசமாகக் கிடைக்க மாட்டா.

நீங்கள் அடைய விரும்புகின்ற அல்லது சாதிக்க விரும்புகின்ற விஷயங்களை வெறுமனே ஒரு மந்திரக்கோலை ஆட்டி உங்களால் கைவசப்படுத்த முடியாது. அவற்றுக்கு ஏராளமான கடின உழைப்பும் கடினமான தியாகங்களும் தேவை.

இப்போது உங்களுக்கு இலவசமாகக் கிடைக்கின்றவைகூட, ஏதோ ஒரு நிபந்தனையுடன்தான்

உங்களுக்குக் கொடுக்கப்படுகின்றன. பொதுவாக அவை உங்களிடமிருந்து ஏதோ ஒன்றை எடுத்துக் கொள்கின்றன. நீங்கள் கைவசப்படுத்த விரும்புகின்ற திறமைகள், நீங்கள் உங்களிடம் வளர்த்தெடுக்க விரும்புகின்ற புதிய திறன்கள் ஆகியவற்றுக்கு, 100 ஆண்டுகளுக்கு முன்பு அவற்றுக்கு எவ்வளவு கடின உழைப்பு தேவைப்பட்டதோ இப்போதும் அதே அளவு கடின உழைப்பு தேவைப்படுகிறது. உங்களுக்குப் பிடித்தமான அனைத்தையும் தொடர்ந்து உங்களால் செய்ய முடியாது என்பதையும், உங்களுக்குப் பிடிக்காத விஷயங்களை நீங்கள் செய்ய வேண்டியிருக்கலாம் என்பதையும் நினைவில் கொள்ளுங்கள்.

நீங்கள் செய்ய வேண்டிய தியாகங்கள் ஒப்பீட்டளவில் சிறியவையாக இருக்கலாம். எடுத்துக்காட்டாக, சமூக நிகழ்ச்சிகளில் பங்கெடுத்துக்கொள்ள முடியாமல் போதல், ஓய்வு நேரத்தை விட்டுக்கொடுக்க வேண்டியிருத்தல் ஆகியவற்றைச் சொல்லலாம். அதேபோல, நீங்கள் செய்ய வேண்டிய தியாகங்கள் பெரியவையாகவோ அல்லது அதிகத் தீவிரமானவையாகவோகூட இருக்கலாம். எடுத்துக்காட்டாக, உங்களுக்கு அவசியம் தேவைப்படுகின்ற பொருள்களை வாங்குவதற்காகப் பெரிய செலவுகளைத் தள்ளிப்போடுதல், உங்கள் குடும்பத்தினரோடு செலவிடுவதற்கான நேரத்தைக் குறைத்துக் கொள்ளுதல், நீங்கள் கைவசப்படுத்த விரும்புகின்ற திறமையைக் கற்றுக் கொள்வதற்குக் குறுக்கே வருகின்ற நீண்டகாலப் பழக்கங்களை மாற்றுதல் ஆகியவற்றைச் சொல்லலாம். ஒரு புதிய திறமையைக் கற்றுக் கொள்வதற்கு அன்றாடத் தியாகங்களும் தேவைப்படக்கூடும். எடுத்துக்காட்டாக, உணவுக் கட்டுப்பாடு, ஒரு குறிப்பிட்ட நேரத்தை ஒதுக்குதல் ஆகியவற்றைச் சொல்லலாம்.

தியாகம் முதலில் கடினமாக இருக்கும், ஆனால் உங்கள் திறமைகள் வளர வளர, அது வெகுமதியளிக்கும். ஒரு புதிய திறமையைக் கற்றுக் கொள்ளும்போது உங்களுடைய சில விருப்பங்களை நீங்கள் தற்காலிகமாக ஒதுக்கி வைப்பதன் மூலம், உங்களுடைய முயற்சிகள்மீது

தாக்கம் ஏற்படுத்துவதற்கான அதிக ஊக்குவிப்பிற்கு நீங்கள் இடமளிக்கிறீர்கள். ஓர் இலக்கை நிர்ணயிப்பதற்கு எப்போதும் நிபந்தனைகள் இருக்கும். அந்த இலக்குகளை அடைவதற்கு நீங்கள் எப்போதும் எதையேனும் விட்டுக்கொடுக்க வேண்டியிருக்கும். தியாகங்கள் நிரந்தரமானவையாக இருக்க வேண்டியதில்லை, ஆனால் தியாகங்கள் செய்யப்பட்டாக வேண்டும்.

ஏராளமானோருக்கு இங்கேதான் இலட்சியத்திற்கு ஒரு முற்றுப்புள்ளி வைக்கப்படுகிறது. ஏனெனில், ஒரு புதிய வாய்ப்புக்குத் தேவையான விலையைக் கொடுக்க அவர்கள் தயாராக இருப்பதில்லை. ஒரு புதிய திறமையைக் கைவசப்படுத்துவதற்கு ஒருவர் தன்னுடைய சௌகரியங்களை விட்டுக்கொடுக்க வேண்டியிருக்கும். ஒரு குறிப்பிட்ட நடவடிக்கை நீண்டகால நோக்கில் அவர்களுக்கு நன்மை பயக்கும் என்றாலும்கூட, தங்களுடைய நிகழ்காலத்தையோ, சௌகரியத்தையோ, அல்லது இன்பத்தையோ தியாகம் செய்ய அவர்கள் தயாராக இல்லை. தற்காலிக அசௌகரியம் குறித்த வெறும் எண்ணம்கூட, ஒரு புதிய திறமையை வளர்த்துக் கொள்வதற்கான அவர்களுடைய விருப்பத்திற்குச் சாவுமணி அடித்துவிடுகிறது.

அதனால்தான், நீங்கள் எந்த அளவுக்குத் தியாகம் செய்யத் தயாராக இருக்கிறீர்கள், உங்களுடைய இலக்குகளை அடைவதில் நீங்கள் எந்த அளவுக்கு உறுதியாக இருக்கிறீர்கள் என்பன போன்றவற்றை நீங்கள் தீர்மானித்தாக வேண்டும். உடல்ரீதியாக, பொருளாதாரரீதியாக, ஆன்மிகரீதியாக, அல்லது சமூகரீதியாக நீங்கள் சிலவற்றை விட்டுக்கொடுக்க வேண்டியிருக்கும். உங்களுடைய தற்போதைய சௌகரியத்தையும் திருப்தியையும் தாண்டி நீங்கள் பார்க்க வேண்டும். இப்போது சிலவற்றை விட்டுக்கொடுப்பது ஒரு சிறந்த எதிர்காலத்திற்கு எவ்வளவு உதவிகரமாக இருக்கும் என்பதை நீங்கள் புரிந்து கொள்ள வேண்டும்.

பெரும்பாலான மக்கள் அந்தத் தியாகங்களைச் செய்ய மாட்டார்கள். தங்களுடைய நிகழ்கால சௌகரியங்களை அல்லது நிலையான சூழ்நிலைகளை

அவர்கள் விட்டுக்கொடுக்க விரும்ப மாட்டார்கள். ஒருவேளை அவர்கள் தங்களிடம் இருப்பவற்றைக் கொண்டு திருப்தியாக இருக்கக்கூடும். ஒரு குறுகிய காலத்திற்குத்தான் என்றாலும், தங்களிடம் இருப்பவற்றில் எதுவொன்றையும் இழக்க அவர்கள் பயப்படக்கூடும். எனவே, ஒரு புதிய திறமையைக் கற்றுக் கொள்வதற்கு அவர்கள் எதையும் விட்டுக்கொடுக்கப் போவதில்லை, தங்கள் வாழ்க்கையில் எதையும் மாற்றிக் கொள்ளப் போவதில்லை. ஆச்சரியம், வாய்ப்பு, மாற்றம் ஆகிய எதுவும் இல்லாத ஒரு வாழ்க்கையில் அவர்கள் மகிழ்ச்சியாக இருக்கின்றனர் (அல்லது தாங்கள் மகிழ்ச்சியாக இருப்பதாக அவர்கள் நினைத்துக் கொள்கின்றனர்).

நீங்கள் அவர்களில் ஒருவர் அல்லர் என்றால், நீங்கள் ஏற்கனவே ஓர் அனுகூலமான நிலையில் இருக்கிறீர்கள் என்று அர்த்தம். நீங்கள் விரும்புவதைப் பெறுவதற்கு, தியாகம் செய்யவோ அல்லது உங்கள் வாழ்க்கையில் மாற்றங்களை ஏற்றுக் கொள்ளவோ நீங்கள் தயாராக இருக்கிறீர்கள். வெளிப்படையாகச் சொல்ல வேண்டுமென்றால், உங்கள் தேடலில் உங்களுக்குப் பெரிய அளவில் போட்டியோ அல்லது தடைகளோ இருக்காது. ஏனெனில், புதிதாக ஒன்றை உருவாக்குவதற்கான முயற்சியில் தன்முனைப்புடன் ஈடுபடுகின்ற மிகச் சில நபர்களில் ஒருவராக நீங்கள் இருக்கிறீர்கள். நீங்கள் உங்கள் பயணத்திற்குத் தயாராகிவிட்டீர்கள்.

ஆனால் இன்னொரு கேள்வி உள்ளது: நீங்கள் ஒரு புதிய திறமையைக் கற்றுக் கொள்ளத் தொடங்கிய பிறகு, அத்திறமையை நீங்கள் முழுமையாகக் கற்றுக் கொள்வதை உறுதி செய்யக்கூடிய அளவுக்கு நீங்கள் போதிய தியாகங்களைச் செய்துள்ளீர்களா என்பதை நீங்கள் எப்படி அறிவீர்கள்? நீங்கள் உங்களுடைய சொந்த முயற்சிகளைக் குறைத்து மதிப்பிடுவது அதற்கான ஓர் அறிகுறியாகும். இது அடிக்கடி நிகழ்கிறது.

சுய நாசம் நிகழ்வதை அடையாளம் கண்டுகொள்வது சில நேரங்களில் கடினமாக இருக்கிறது. ஆனால்,

வெளியிலிருந்து ஒருவர் உங்களுடைய வேலையைப் பற்றி நேரடியாக மோசமாக விமர்சிப்பது எவ்வளவு அழிவுகரமானதாக இருக்குமோ, சுய நாசமும் அதே அளவு அழிவுகரமானதாக இருக்கக்கூடும். எல்லாவற்றையும் கச்சிதமாகச் செய்வதில் மும்முரமாக இருக்கின்ற ஒருவர், ஏராளமான நேரத்தை விரயம் செய்யக்கூடும். சிலர், விஷயங்களைத் தள்ளிப்போட்டுக் கொண்டே இருக்கக்கூடும். அல்லது, வேறு ஏதோ ஒன்றால் அவர்கள் எளிதில் கவனச்சிதறலுக்கு ஆளாகக்கூடும். அவர்கள் தங்களுடைய கடப்பாடுகளில் சிலவற்றை விட்டுத்தள்ள மறுப்பதன் காரணமாக, அவர்கள் அளவுக்கதிகமாகக் கடினமாக வேலை செய்யக்கூடும், அளவுக்கதிகமாகச் சாதிக்க முயலக்கூடும். இந்த அனைத்து நடவடிக்கைகளும் பின்வருத்தத்திற்கும் செயலின்மைக்குமான கிரியா ஊக்கிகளாகும்.

அத்தகைய சூழ்நிலைகளில், உங்களுடைய இலக்கை அடைவதை நோக்கிய பாதைக்கு நீங்கள் திரும்பி வருவதற்கான ஒரு வழியை எப்படியாவது நீங்கள் கண்டுபிடித்தாக வேண்டும். உங்கள் எதிர்பார்ப்புகளும் கனவுகளும் என்ன என்பதையும், அவை அடையப்படக்கூடியவை என்பதை நீங்கள் எவ்வாறு உணர்ந்தீர்கள் என்பதையும் உங்களுக்கு நீங்கள் நினைவுபடுத்திக் கொள்ள வேண்டும். அவற்றுக்குத் தியாகங்கள் எப்போதும் தேவைப்பட்டுள்ளன என்பதையும் நினைவுபடுத்திக் கொள்ளுங்கள். சில விஷயங்களை விட்டுக்கொடுப்பதன் மூலம் உங்கள் இலக்கிற்கு நீங்கள் உங்களை அர்ப்பணித்துக் கொண்டாலொழிய, உங்கள் விருப்பங்கள் ஒருபோதும் நனவாக மாட்டா.

எல்லாவற்றுக்கு ஒரு விலை உண்டு. ஒன்று, சில குறிப்பிட்ட விஷயங்களைத் தியாகம் செய்ய ஒப்புக் கொள்வதன் மூலம் இப்போது நீங்கள் அந்த விலையைக் கொடுக்கலாம். அல்லது, நீங்கள் செய்யத் தவறிய விஷயங்கள் குறித்துப் பின்னாளில் வருந்துவதன் மூலம் நீங்கள் அந்த விலையைக் கொடுக்கலாம். தியாகம் செய்வதற்கு இப்போது உங்களிடம் நேரம் இருக்கிறது,

பின்னாளில் அந்த நேரம் உங்களுக்கு இருக்காது.

எடுத்துக்காட்டாக, ஒரு வலைத்தளத்தை உருவாக்குவது எப்படி என்பதைக் கற்றுக் கொள்ள விரும்புகின்ற இரண்டு தனிநபர்களை எடுத்துக் கொள்வோம். அதை இலவசமாகக் கற்றுக் கொடுக்கக்கூடிய சில வலைத்தளங்கள் இப்போது இருக்கின்றன என்றாலும், இப்போதைக்கு அதை நாம் ஒதுக்கி வைத்துவிட்டுப் பேசலாம். எனக்கு அந்த இரண்டு நபர்களையும் தனிப்பட்ட முறையில் தெரியும்.

அவர்களில் ஒருவர், வலைத்தள வடிவமைப்பைப் பற்றி முடிந்த அளவு ஆழமாகப் புரிந்து கொள்ள விரும்புகிறார். எனவே, ஆன்லைன் கல்வி வலைத்தளம் ஒன்று நடத்துகின்ற ஒரு வலைத்தள வடிவமைப்புப் பயிற்சி வகுப்பிற்கு அவர் பணம் செலுத்தி (பொருளாதாரரீதியான தியாகம்) அதில் சேர்கிறார். அது ஒரு விரிவான பயிற்சி வகுப்பு. அதிலுள்ள 300 வெவ்வேறு அம்சங்களைக் கற்றுக் கொள்வதற்கு அதிக நேரம் பிடிக்கும் (நேரரீதியான தியாகம்). அந்த வகுப்புகள் போக, தான் கற்றுக் கொண்டுள்ள விஷயங்களை உண்மையிலேயே ஆழமாகப் புரிந்து கொள்வதற்குக் கூடுதல் பயிற்சி தனக்குத் தேவை என்று அவர் உணர்கிறார். எனவே, அவர் தன் கணினியில் அதைப் பயிற்சி செய்வதில் ஏராளமான நேரத்தைச் செலவிடுகிறார். தான் எந்தக் கவனச்சிதறலுக்கும் ஆளாகிவிடக்கூடாது என்பதில் உறுதியாக இருக்கின்ற அவர், இணையத்தில் வெறுமனே மேய்வதில் பொதுவாகத் தான் செலவிடுகின்ற நேரத்தை வெகுவாகக் குறைத்துக் கொள்கிறார் (சமூகரீதியான தியாகம்). அவர் தன் இலக்கை அடைவதில் குறியாக இருக்கிறார்.

இரண்டாம் நபர் ஒரு புதிய வலைத்தளத்தை உருவாக்க விரும்புகிறார், ஆனால் அதிக நேரத்தையோ அல்லது பணத்தையோ செலவிட அவர் விரும்பவில்லை. அவர் ஏன் விரும்ப வேண்டும்? *wix.com* என்ற வலைத்தளத்தில் அவரால் அதை இலவசமாக உருவாக்கிவிட முடியும். நீங்கள் அந்த வலைத்தளத்தின் டெம்ப்ளேட்டுகளைப் பயன்படுத்தியாக வேண்டும். உங்களுடைய சொந்த

வலைத்தளத்தின் சில அம்சங்களை அதில் உங்களால் வடிவமைக்க முடியாது. குறிப்பிட்டச் சில சேவைகள் உங்களுக்கு வேண்டுமென்றால், நீங்கள் அதற்கு ஒரு பெரிய தொகையைக் கட்டணமாகச் செலுத்தியாக வேண்டும். ஆனால் ஒரு வலைத்தளத்தை அதில் இலவசமாக உங்களால் உருவாக்கிக் கொள்ள முடியும். ஓரிரு மணிநேரத்தில் ஏதோ ஒன்றை உங்களால் உருவாக்கிவிட முடியும். ஆனால் சில குறிப்பிட்ட அம்சங்கள் அதில் இருக்க மாட்டா. அவர் அத்துடன் திருப்திப்பட்டுக் கொள்ள வேண்டும்.

இதற்கிடையே, முதலாம் நபர், ஒரு குறிப்பிட்டக் காலத்திற்குப் பிறகு நல்ல நிபுணத்துவம் பெற்றுள்ளதால், அனைத்து அம்சங்களையும் உள்ளடக்கிய, முழுமையாகச் செயல்படக்கூடிய ஒரு வலைத்தளத்தை மிகக் குறுகிய ஒரு காலகட்டத்திற்குள் அவரால் எளிதாக உருவாக்க முடிகிறது. அது வசீகரமாகவும் இருக்கிறது. அவர் தான் கற்ற விஷயங்களைக் கொண்டு வேறு பல செயலிகளையும் உருவாக்குகிறார். அவருடைய திறமை வெளிப்படையாகத் தெரிகிறது, அவருடைய படைப்புகள் மெச்சப்படுகின்றன, அவர் அந்தக் கல்வியில் முதலீடு செய்திருந்த பணத்தை இப்போது சம்பாதித்துவிட்டுள்ளார்.

இந்த எடுத்துக்காட்டு அன்றாட வாழ்க்கையில் விஷயங்கள் செயல்படுகின்ற விதத்திலிருந்து சிறிது விலகியிருப்பதுபோலத் தோன்றக்கூடும். ஆனால், அந்த முதல் நபர் செய்யத் தயாராக இருந்த தியாகங்கள் உண்மையில் அவ்வளவு பெரியவை அல்ல என்றாலும், சிறிது காலத்திற்கு முன்பு அவரிடம் இல்லாதிருந்த ஒரு திறமையை அவர் முழுமையாகக் கற்றுத் தேர்வதற்கு அது வழி வகுத்தது. ஆனால், அந்த இரண்டாம் நபர், அவ்வளவாக எதையும் தியாகம் செய்யாமல் சுலபமான வழிகளைத் தேர்ந்தெடுத்தார். அவர் ‘எதையோ’ உருவாக்கினார், ஆனால் அவருடைய திறமையின் வீச்சு இறுதியில் மட்டுப்படுத்தப்பட்டது. ஏனெனில், தனக்கு விருப்பமான அனைத்து அம்சங்களையும் அவரால் தன் வலைத்தளத்தில் உள்ளடக்க முடியவில்லை. எனவே,

முதலாம் நபரைப் போன்றவர்களால் நடத்தப்படுகின்ற ஒரு நிறுவனம் எதை அனுமதிக்கிறதோ, அதை மட்டுமே செய்ய வேண்டிய கட்டாயத்திற்கு அவர் ஆளாகிறார்.

இவ்விருவரில் யார் முழுமையான மற்றும் நம்பகமான திறமைகளோடு அப்பயணத்தை நிறைவு செய்துள்ளார்கள்? இக்கேள்விக்கான விடை உங்களுக்கு ஏற்கனவே தெரியும்.

ஒரு புதிய திறமையைக் கற்றுக் கொள்வதிலோ அல்லது ஒரு புதிய அறிவைக் கைவசப்படுத்துவதிலோ நீங்கள் இறங்குவதற்கு முன்பு, என்ன நிகழ வேண்டும் என்று நீங்கள் எதிர்பார்க்கிறீர்கள் என்பது பற்றிய ஒரு நேர்மையான சுய விசாரணையில் நீங்கள் ஈடுபட வேண்டும். இலட்சியம் முக்கியம், ஆனால் ஓர் அறிவார்ந்த முறையில் செயல்படுவதும் முக்கியம்தான். உங்கள் இலக்கு குறித்து நீங்கள் உற்சாகமாக இருக்க வேண்டும், ஆனால் அவ்வப்போது தவறுகளுக்கும் ஏமாற்றங்களுக்கும் இடம் கொடுக்க வேண்டும். உங்களுடைய பாதுகாப்பு, நேரம், வளவசதிகள் ஆகியவற்றில் சிறிதளவை அர்ப்பணிக்க நீங்கள் தயாராக இருக்க வேண்டும். உங்களுடைய எதிர்பார்ப்புகளை ஒரு நியாயமான, தீர்மானமான வழியில் வரையறுத்தப் பிறகு, ஒரு திட்டத்தை உருவாக்கும் வேலையை நீங்கள் தொடங்க வேண்டும்.

இரத்தினச்சுருக்கமாக

- ஒரு புதிய திறமையைக் கற்றுக் கொள்வதற்கு எதிர்பார்ப்புகளை நிர்ணயித்துக் கொள்வது, பாதை விலகாமல் இருப்பதற்கும், முயற்சியை முழுமையாகக் கைவிடாமல் இருப்பதற்கும் முக்கியம். எதிர்பார்ப்புகள் மிக அதிகமாக இருந்தால், நீங்கள் ஊக்கமிழக்கக்கூடும்; அவை மிகக் குறைவாக இருந்தால், நீங்கள் சலிப்படையக்கூடும். புதிய பழக்கங்கள் உருவாவதற்கு இரண்டு மாதங்களுக்கு மேல் ஆகும் என்பது வெளிப்படுத்தப்பட்டுள்ளது.

ஒருவர் ஒரு புதிய திறமையில் ஓரளவு சிறப்பாகச் செயல்படுவதற்குக் குறைந்தபட்சம் 25 மணிநேரமாவது ஆகும் என்று நிரூபிக்கப்பட்டுள்ளது. எனவே, உங்களுக்கு இயல்பான திறன் இல்லையென்றால் விரக்தியடையாதீர்கள். கற்றலின் ஒரு பகுதி அது.

- இயல்பான திறனுக்கு அளவுக்கதிகமான முக்கியத்துவம் கொடுக்கப்படுகிறது. உங்களுக்குத் திறன் இல்லை என்று நீங்கள் நம்பினாலும்கூட, உங்களால் கற்றுக் கொள்ளவும், வளரவும், மேம்படவும் முடியும் என்று நீங்கள் எதிர்பார்க்க வேண்டும். உங்களுக்கு சுய நம்பிக்கை தேவை. நன்னம்பிக்கையுடன்கூடிய ஓர் எதிர்பார்ப்பு அது.
- கற்றலுக்கான பாதை நீளமானது என்று எதிர்பாருங்கள். சிறப்பாகத் திட்டமிடுங்கள். குறுக்குவழிகளைச் சார்ந்திருக்காதீர்கள். ஒரு புதிய திறமையைக் கற்றுக் கொள்ளும்போது வளர்ச்சி ஒரு நேர்க்கோட்டில் இருக்கும் என்று எதிர்பார்க்காதீர்கள். யதார்த்தமாக இருங்கள். உங்களைப் பற்றி உங்களுக்குத் தெரியும்.
- இவ்வுலகில் நீங்கள் விரும்புகின்ற எல்லாமே ஒரு தியாகத்தைப் பிரதிநிதித்துவப்படுத்துகிறது. சில தியாகங்கள் மற்றவற்றைவிட அதிக வெளிப்படையாகத் தெரியும். ஒரு புதிய திறமையைக் கற்றுக் கொள்வதில் எண்ணற்றத் தியாகங்கள் நிச்சயமாக உள்ளடங்கியிருக்கும், அவை பெரியவையாக இருக்கலாம் அல்லது சிறியவையாக இருக்கலாம். வெற்றி இங்கேதான் நிர்ணயிக்கப்படுகிறது. பெரும்பாலான மக்கள் அது பற்றிய விழிப்புணர்வு இல்லாமல் இருக்கின்றனர் அல்லது ஓர் அன்றாட அடிப்படையில் அந்தத் தியாகங்களைச் செய்யத் தயாராக இல்லாமல் இருக்கின்றனர்.

அத்தியாயம் 3

ஒரு திட்டத்தை உருவாக்குங்கள்

நீங்கள் ஒரு புதிய திறமையை—அதைப் பற்றிய எந்த அறிவும் இல்லாமல்—கற்றுக் கொள்ளும் முயற்சியில் அடியெடுத்து வைத்தாலும், நீங்கள் அதை எப்படிக் கற்றுக் கொள்ளப் போகிறீர்கள் என்பது குறித்து ஓர் அடிப்படைத் திட்டத்தை உருவாக்கிக் கொள்ள முயற்சிக்க வேண்டும். அது உங்களால் முடியும். ஒரு நல்ல திட்டம் என்பது அப்புதிய செயல்முறையின் ஊடாக உங்களை வழிநடத்திச் செல்கின்ற ஒன்று. ஆனால், அது கல்லில் வடிக்கப்பட்டிருப்பதில்லை, மாறாக, தேவைப்பட்டால் அதில் உங்களால் மாற்றங்களை மேற்கொள்ள முடியும்.

சிறப்பாக வரையறுக்கப்படுகின்ற ஒரு திட்டம்தான் பெரும்பாலும் வெற்றிக்கும் தோல்விக்கும் இடையேயான வேறுபாடாக இருக்கிறது. ஒரு புதிய திறமையைக் கற்றுக் கொள்வதற்குத் தேவையான ஓர் உறுதியான திட்டத்தை உருவாக்குவதற்கான சில உத்திகளையும் யோசனைகளையும் இந்த அத்தியாயம் உங்களுக்கு வழங்கும்.

தகவல்களைத் திரட்டுதலும் வளவசதிகளைத் திட்டமிடுதலும்

சிறப்பான வளவசதிகளைக் கண்டுபிடியுங்கள்: நீங்கள் எந்தத் திறமையைக் கைவசப்படுத்த விரும்புகிறீர்கள் என்பதை நீங்கள் தீர்மானித்தப் பிறகு நீங்கள் மேற்கொள்ள வேண்டிய முதல் நடவடிக்கை, தகவல்களைத் திரட்டுவதுதான். எதுவொன்றைப் பற்றியும் தகவல்களைத் திரட்டுவது முன்னெப்போதும் இல்லாத அளவுக்கு இப்போது மிக எளிதானதாக இருக்கிறது.

உங்கள் திறமை தொடர்பான பொருத்தமான தகவல்கள் அனைத்தையும் சேகரிப்பதற்கு ஒரு குறிப்பிட்ட அளவு நேரத்தையும் வளவசதிகளையும் பணத்தையும் ஒருவரால் செலவிட முடியும். அறிவுறுத்தல் கையேடுகள், ஆன்லைன் பயிற்சி வகுப்புகள், வல்லுநர்கள் மற்றும் பயிற்றுவிப்பாளர்களுடனான விவாதங்கள், வரைபடங்கள், விளக்கவுரைகள் என்பன போன்றவை எக்கச்சக்கமாக இருக்கின்றன. அப்படியானால், உங்களால் முடிந்த அளவு அவற்றைத் திரட்ட வேண்டும், சரிதானே?

இல்லை. தகவல்களைத் திரட்டுவது எவ்வளவு எளிதாக இருக்கிறதோ, அவற்றால் முற்றிலுமாக ஆட்கொள்ளப்படுவதும் அவ்வளவு எளிதாக இருக்கிறது. அளவுக்கதிகமான அறிவுறுத்தல்களும் அபிப்பிராயங்களும் உங்களுக்குத் தேவையில்லை, குறிப்பாக, ஒரு திறமையைக் கற்றுக் கொள்வதன் தொடக்க நிலைகளில். உங்களுக்குக் கிடைக்கக்கூடிய தகவல்களில் பல, தொடக்க நிலையில் உள்ள ஒருவருக்குத் தேவைப்படாது. சில தகவல்கள், அத்திறமையில் நீங்கள் ஓரளவு பயிற்சி பெற்றப் பிறகே நீங்கள் பயன்படுத்தக்கூடியவையாக இருக்கும். அவற்றில் சில தகவல்கள் முற்றிலும் தவறானவையாகக்கூட இருக்கலாம்.

எனவே, தொடக்கத்தில் உங்களுக்குத் தேவைப்படக்கூடிய வளங்களை மட்டுமே நீங்கள் தேட

வேண்டும். சரியான அளவு தகவல்கள் உங்களுக்குத் தேவை. தேவையற்றத் தகவல்கள் உங்களுக்கு மூச்சுத்திணறல் ஏற்படுத்தக்கூடும், ஆனால் மிகக் குறைவான தகவல்கள் உங்கள் முயற்சியைத் துவக்கப் போதுமானவையாக இருக்க மாட்டா. உங்களுக்கு ஒரு வலிமையான அடித்தளத்தைக் கொடுக்கத் தேவையான தகவல்கள் மற்றும் வழிகாட்டுதல்களுக்கு நம்பகமான மூலாதாரங்களை நாடுங்கள். நீங்கள் கற்றுக் கொள்ளும் விதத்திற்குப் பொருத்தமான தகவல்களைத் தேடுங்கள்.

திட்டமிடுதல் காலம் தாழ்த்துதலுக்கு இட்டுச் செல்லாமல் பார்த்துக் கொள்ளுங்கள்: அளவுக்கதிகமான தகவல்கள் இன்னொரு விளைவுக்கும் இட்டுச் செல்லக்கூடும். நீங்கள் அளவுக்கதிகமாகத் திட்டமிடும்போது, உங்கள் முயற்சியைத் துவக்குவதே உங்களுக்குச் சிரமமாக இருப்பதை நீங்கள் காண்பீர்கள். அதாவது, நீங்கள் காலம் தாழ்த்துவீர்கள். கவனச்சிதறல் அல்லது பயத்தால் நீங்கள் காலம் தாழ்த்தும்போது உங்களுக்கு அது எவ்வளவு எரிச்சல் ஏற்படுத்துமோ, அதே அளவு எரிச்சல் நீங்கள் அளவுக்கதிகமான திட்டமிடுதலால் காலம் தாழ்த்தும்போதும் ஏற்படும். இது சற்றுச் சிக்கலானது. ஏனெனில், நீங்கள் வேலை செய்து கொண்டிருப்பதாக நீங்கள் நினைப்பீர்கள், ஆனால் உண்மையில், செயலில் இறங்குவதைத் தாமதப்படுத்துவதற்கான இன்னொரு வழிதான் இது.

தகவல் மழையில் நனைந்து கிடக்கின்ற இன்றைய சமுதாயத்தின் காரணமாக, நாம் தகவல் அடிமைகளாக ஆகக்கூடும். உண்மையில், அப்படி ஆகாமல் இருப்பது மிகவும் கடினமானதாக இருக்கிறது. ஏராளமான தகவல்கள் உங்கள் உணர்வுகளையும் அறிவையும் அடக்குகின்ற வகையான கற்றல் இது. ஆனால், செயலில் இறங்குவதிலிருந்து அவை உங்களைத் தடுத்தால், அவற்றால் எந்தப் பயனும் இல்லை.

ஆனால், தகவல்களுக்கான அனைத்து மூலாதாரங்களையும் நீங்கள் அடைத்துவிட வேண்டும் என்று அர்த்தமில்லை. நல்ல ஆராய்ச்சி தேவை. அது ஆரோக்கியமானது, உதவிகரமானது. ஆனால், எந்தத்

தகவல்கள் உங்களைச் செயலில் இறங்கவிடாமல் தடுக்கின்றன என்பது குறித்து நீங்கள் விழிப்புணர்வோடு இருக்க வேண்டும். திட்டமிடுதல் முக்கியம், ஆனால் அது காலம் தாழ்த்துதலாக மாறும்போது, அது உங்களுக்கு எதிராகச் செயல்படுகிறது.

நீங்கள் ஒருபோதும் எல்லாவற்றையும் அறிய மாட்டீர்கள் என்பதை அறிந்திடுங்கள்: தகவல்களால் ஒரு வெற்றிடத்தில் இருக்க முடியும். குறிப்பிட்டச் சில தகவல்களை உங்களுடைய அன்றாட வாழ்வில் நிகழ்கின்ற சில நடைமுறைத் திறன்களுக்கு உங்களால் ஒருபோதும் பயன்படுத்த முடியாவிட்டால், அத்தகவல்கள் செயலற்றவையாக ஆகிவிடும். ஒரு திறமையைக் கற்றுக் கொள்ள உங்களுக்குத் தேவையான அடிப்படை அறிவின் குறுக்கே கூடுதல் தகவல்கள் அடுக்கடுக்காக இருக்கின்றன. உங்கள் திறமையைக் கைவசப்படுத்துவதன் தொடக்க நிலைகளில் அவை உங்களுக்கு உதவ மாட்டா.

வல்லுநர்களிடையே பொதுவான ஒரு விஷயம் உள்ளது. ஏதோ ஒரு கட்டத்தில், கற்பதைத் தாங்கள் ஒருபோதும் நிறுத்த மாட்டோம் என்பதை அவர்கள் அங்கீகரித்தாக வேண்டும் என்பதுதான் அது. தங்களுக்கு ஒருபோதும் 'எல்லாம்' தெரியாது என்பதை அவர்கள் ஒப்புக் கொள்வது அது. ஆனால், அவர்கள் இப்போது இருக்கும் இடத்திற்கு அவர்கள் வந்து சேர்வதற்கு அவர்கள் செய்துள்ள அனைத்தையும் நிறைவேற்றுவதிலிருந்து அது அவர்களைத் தடுக்கவில்லை. ஒரு புதிய திறமையைக் கற்றுக் கொள்வதில், ஒரு கட்டத்தில், நீங்கள் விஷயங்களை உள்வாங்கிக் கொள்வதை நிறுத்திக் கொண்டு, அவ்விஷயங்களைக் கொண்டு ஏதேனும் நடவடிக்கை எடுத்தாக வேண்டும். அவை இரண்டும் முற்றிலும் வெவ்வேறு விஷயங்கள். பல நேரங்களில், கற்றலைத் தற்காலிகமாக நிறுத்திக் கொண்டு, நீங்கள் அதுவரை கற்றுள்ளவற்றைக் கொண்டு செயலில் இறங்குவதை நீங்கள் தேர்ந்தெடுத்தாக வேண்டும்.

வெற்றி என்பது, நீங்கள் கைவசப்படுத்த முயற்சிக்கின்ற திறமையைப் பற்றிய அறிவை நீங்கள் முழுமையாகப்

பெற்றிருக்காதபோதுகூட, எப்போது நடவடிக்கை எடுக்க வேண்டும் என்பதை அறிந்திருப்பதாகும். நீங்கள் எழுதத் தொடங்குவதற்கு ஷேக்ஸ்பியரின் அனைத்துப் படைப்புகளையும் பற்றிய ஒரு முழுமையான அறிவு உங்களுக்குத் தேவையில்லை.

நீங்கள் களத்தில் இறங்கும்போது, போகப் போக எல்லாவற்றையும் கற்றுக் கொள்வீர்கள். வெறுமனே ஒரு நாற்காலியில் உட்கார்ந்து கொண்டு ஆய்வு செய்து கொண்டிருப்பதைவிட, செயலில் இறங்குவதன் மூலம் நீங்கள் அதிகமாகக் கற்றுக் கொள்வீர்கள். பல கேள்விகளுக்கு, தனிப்பட்ட அனுபவங்கள் மூலமாகத்தான் விடை காண முடியும்.

நுகர்வோராக இருப்பதிலிருந்து உற்பத்தியாளராக மாறுங்கள்: அளவுக்கதிகமான தகவல்களை நுகர்பவர்கள், பல நேரங்களில், முக்கியமான தகவல்களைத் தவறவிட்டுவிடுகின்றனர். அவர்கள் இணையத்தில் தங்களைத் தொலைக்கின்றனர், எக்கச்சக்கமான ஆய்வுக் கட்டுரைகளைப் படிக்கின்றனர், தாங்கள் விரும்புகின்ற தகவல்கள் பற்றிய காணொளிகளைப் பார்க்கின்றனர். தங்களுக்குத் தேவையான அந்த முக்கியமான தகவல்கள் இறுதியில் எப்படியும் தங்களுக்குக் கிடைத்துவிடும் என்ற எதிர்பார்ப்பில் அவர்கள் இவற்றையெல்லாம் செய்கின்றனர்.

ஆனால், யதார்த்தத்தில், அவர்கள் வெறுமனே கண்மூடித்தனமாகத் தகவல்களைத் தங்கள் மூளைகளுக்குள் திணிக்கின்றனர். இது ஒரு நுகர்வோர் மனப்போக்கை அவர்களிடம் உருவாக்குகிறது. தகவல்களைப் பெறுவது ஒரு மோசமான விஷயமன்று என்றாலும், நுகர்வோர் மனப்போக்கு, எதுவும் செய்யாமல் இருப்பதைச் சுலபமாக்குகிறது.

அதனால்தான், அதற்கு நேரெதிரான மனப்போக்கை சுவீகரிப்பது ஒரு நல்ல யோசனையாக இருக்கிறது. உற்பத்தியாளர் மனப்போக்குதான் அது. உற்பத்தியாளர்கள் செயலில் இறங்குகின்றனர். ஏனெனில், தங்களுக்குள் ஏதோ இருக்கிறது என்பதையும், அதைக் கொண்டு தங்களால் செயல்பட முடியும் என்பதையும்

அவர்கள் அறிந்துள்ளனர். இந்த மனப்போக்கு, செயலில் இறங்குவதை ஊக்குவிக்கிறது, காலம் தாழ்த்துவதைத் தடுக்கிறது.

திறமைகளைக் கற்றுக் கொள்வதைப் பொறுத்தவரை, நுகர்வோர் மனப்போக்கு, வெறுமனே கோட்பாடுகளை உருவாக்குவதிலும் விவாதங்களில் ஈடுபடுவதையும் நாடுகிறது; ஆனால் உற்பத்தியாளர் மனப்போக்கு, புதிதாக ஒன்றை உருவாக்குவதை நாடுகிறது. எடுத்துக்காட்டாக, நுகர்வோர் மனப்போக்கைக் கொண்ட ஒருவர் புகைப்படம் எடுக்கக் கற்றுக் கொண்டிருக்கும்போது, பல்வேறு வகையான கேமராக்கள், உத்திகள், லென்ஸுகள் ஆகியவற்றைப் பற்றிப் படிப்பதில் ஏராளமான நேரத்தைச் செலவிடக்கூடும். ஆனால் அவர் எந்த நடவடிக்கையிலும் இறங்க மாட்டார். உற்பத்தியாளர் மனப்போக்குடைய ஒருவர், புகைப்படங்கள் எடுத்துப் பயிற்சியில் ஈடுபடுவார். தனக்குத் தெரியாத விஷயங்களை அவர் போகப் போகக் கற்றுக் கொள்வார்.

இதை நவீன வழியில் சிந்தித்துப் பாருங்கள். நுகர்வோர் மனப்போக்குடைய ஒருவர் வேறொருவருடைய வலைத்தளத்தில் எழுதுவதில் ஏகப்பட்ட நேரத்தைச் செலவிடுவார். உற்பத்தியாளர் மனப்போக்குடைய ஒருவர் தன்னுடைய சொந்தக் கட்டுரையை எழுதி, அதைத் தன்னுடைய சொந்த வலைப்பக்கத்தில் பதிவிடுவார்.

சிறு கூறுகளாகப் பிரித்தல்

ஒரு புதிய திறமையைக் கற்றுக் கொள்வதற்குப் பலர் தயங்குவதற்குக் காரணம், தூரத்திலிருந்து பார்க்கும்போது அது மலைப்பூட்டும் ஒரு முயற்சியாகத் தோன்றுவதுதான். ஒரு விதத்தில் அது உண்மை என்றாலும், சமைத்தல், இசைக் கருவிகளை வாசித்தல், தச்சு வேலை, எழுதுதல் என்பன போன்ற, திறமைகள் என்று நாம் கருதுகின்ற பெரும்பாலான விஷயங்கள், பல சிறு திறமைகளின் ஒரு தொகுதியாக இருக்கின்றன.

ஒரு புதிய திறமையைக் கைவசப்படுத்துவதற்கான ஒரு சிறந்த வழி, அதைச் சிறு சிறு பகுதிகளாகக் கூறுபோட்டுக் கொள்வது. ஒரு கைக்கடிகாரத்தை அக்கக்காகப் பிரித்து அந்தப் பாகங்களை மீண்டும் ஒன்றுசேர்ப்பதைப் போன்றது இது. ஒரு திறமையைக் கற்றுக் கொள்வதைப் பொறுத்தவரை, ஒரு நேரத்தில் ஓர் அம்சம் என்ற முறையில், அதன் ஒவ்வோர் அம்சத்தையும் (துணைத் திறமை) புரிந்து கொண்டு, அதைக் கற்றுக் கொள்வதில் கவனத்தைக் குவிப்பது அது. அவ்வாறு செய்யும்போது, பயிற்சி நம்மை மலைக்க வைக்காது. கால்பந்து விளையாட்டைக் கற்றுக் கொள்வதில்கூட, ஓடத்தானே நீங்கள் முதலில் கற்றுக் கொள்கிறீர்கள்?

அதைவிட மேலாக, திறமைகள், '80/20 விதி' என்று அழைக்கப்படுகின்ற, உலகளாவிய பரேட்டோ கொள்கையின் விதியைப் பின்பற்றுகின்றன. எந்தவொரு முயற்சியிலும் 20 சதவீத நடவடிக்கைகளில் இருந்துதான் 80 சதவீத விளைவுகள் வருகின்றன என்று அந்தக் கொள்கை கூறுகிறது. ஒரு திறமையைக் கற்றுக் கொள்வதைப் பொறுத்தவரை, எந்த 20 சதவீதத் துணைத் திறமைகள் பெரிய திறமைக்கு இன்றியமையாதவை என்பதைக் கண்டுபிடித்து, உங்களுடைய கற்றலை நீங்கள் அவற்றை நோக்கி நகர்த்த வேண்டும். சிறு சிறு கூறுகளாகப் பிரித்துக் கொள்வது முக்கியமானதாக இருப்பதற்கு இன்னொரு காரணம் அது. முன்னேற்றத்திற்கும் பெரிய நன்மைக்கும் எதன்மீது கவனம் செலுத்த வேண்டும் என்பதை அறிந்திருப்பது அது.

எடுத்துக்காட்டாக, நீங்கள் ஒரு புதிய மொழியைக் கற்றுக் கொள்ளத் தொடங்கும்போது, அம்மொழியில் உள்ள, மிகப் பரவலாகப் பயன்படுத்தப்படுகின்ற 1,000 சொற்கள்மீது மட்டும் கவனத்தைக் குவிக்கும்படி மொழி வல்லுநரான கேபிரியல் வைனர் கூறுகிறார். "1,000 சொற்களுக்குப் பிறகு, எந்தவோர் உரையிலும் உள்ள 70 சதவீதச் சொற்கள் உங்களுக்குத் தெரிந்திருக்கும். 2,000 சொற்கள் 80% உரைக்குப் போதுமானவையாக இருக்கும்," என்று அவர் கூறுகிறார்.

வெறும் 100 சொற்களைக் கொண்டு ஒவ்வொரு

வாக்கியத்திலும் உள்ள பாதி விஷயத்தை நம்மால் புரிந்து கொள்ள முடியும். இன்னும் தாராளமாகப் பார்த்தால், 200 சொற்களைக் கொண்டு ஒவ்வொரு வாக்கியத்திலும் உள்ள 40% விஷயத்தை நம்மால் புரிந்து கொள்ள முடியும். ஆங்கிலச் சொற்களில் பத்தாயிரத்தில் ஒரு பங்கிற்கும் குறைவானவை ஒவ்வொரு வாக்கியத்தின் 50% சதவீதத்திற்குப் பங்களிக்கின்றன. பரேட்டோ கொள்கையின் ஒரு பிரம்மாண்டமான விளக்கம் இது.

'தென்கிழக்கு ஆசிய கல்வி அமைச்சர்கள் அமைப்பின் பிராந்திய மொழி மையத்தில்' மொழியியல் துறையில் பணியாற்றும் இன்னொரு பன்மொழி வல்லுநரான டாக்டர் அலெக்சாண்டர் ஆர்குவெல்லஸ் இதை மேலும் விளக்குகிறார். ஒவ்வொரு நாளும், ஒரு குறிப்பிட்ட மொழியைப் பேசுகின்றவர்களில் ஒவ்வொருவரும் பயன்படுத்துகின்ற சொற்களின் எண்ணிக்கை 750 என்று அவர் கூறுகிறார். மேலும், நீங்கள் சொல்ல விரும்புகின்ற எதுவொன்றையும் வெளிப்படுத்துவதற்கு வெறும் 2,500 சொற்கள் மட்டுமே தேவை என்று அவர் கூறுகிறார். (சில வார்த்தை வெளிப்பாடுகள் விசித்திரமாக இருக்கக்கூடும் என்றாலும், உங்களுக்கு 2,500 சொற்கள் போதும்.)

இதுதான் பரேட்டோ கொள்கையின் சுருக்கமான விளக்கம். இதை நம்முடைய வாழ்க்கைக்கு நீட்டிப்பதற்கு, நீங்கள் கற்றுக் கொள்ள விரும்புகின்ற எந்தவொரு பாடத்தையும் எடுத்துக் கொண்டு, அத்துறையின் வல்லுநர்களுக்கு முக்கியமான விஷயங்கள், முக்கியமற்ற விஷயங்கள் என்று அதைப் பிரித்துக் கொள்ளுங்கள். உங்களுடைய முதன்மையான கவனம், நீங்கள் அன்றாடம் பயன்படுத்தக்கூடிய சொற்கள்மீதுதான் இருக்க வேண்டும்.

அதைத் தாண்டி, அடுத்தக் கட்டத்திற்கு எப்படி முன்னேறுவது என்பது குறித்து உங்களுக்குக் குழப்பமாக இருக்கலாம். எடுத்துக்காட்டிற்கு, நீங்கள் ஜெர்மானிய மொழியைக் கற்றுக் கொண்டிருப்பதாக வைத்துக் கொள்வோம். ஜெர்மானியச் சொற்கள் பொதுவாக மிகப் பெரியவையாக இருக்கும். அவை உங்களுக்கு மிரட்சியூட்டக்கூடும். தொடக்கத்தில் நீங்கள் கற்றுக்

கொண்டவற்றைத் தாண்டி மிகப் பரவலாகப் பயன்படுத்தப்படுகின்ற 300 ஜெர்மானியச் சொற்கள் எவை? இணையத்தில் அவற்றை உங்களால் எளிதாகக் கண்டுபிடித்துவிட முடியும். அந்த 300 சொற்களைக் கண்டுபிடித்து, அவற்றை இன்னும் சிறு சிறு சொற்களாக உடைத்துக் கொள்ளுங்கள். பிறகு, ஒரு நேரத்தில் ஒரு கூறு என்ற கணக்கில் பயிற்சி செய்யுங்கள்.

நீங்கள் ஜெர்மானிய மொழியை எந்த நோக்கத்திற்காகக் கற்றுக் கொண்டிருக்கிறீர்களோ, அதன் அடிப்படையிலும் உங்களால் அச்சொற்களைக் கூறுபோட்டுக் கொள்ள முடியும். ஒரு வேலைக்காகக் கற்கிறீர்களா? பெர்லினுக்குப் பயணிக்கத் திட்டமிட்டுக் கொண்டிருக்கிறீர்களா? அல்லது, வெறுமனே ஒரு ஜெர்மானிய நண்பருடன் உரையாட விரும்புகிறீர்களா? இந்தக் கேள்விகளுக்கான பதில்களை மனத்தில் வைத்துக் கொண்டு, ஜெர்மானிய மொழியில் எந்த வகையான சொற்களும் சொற்றொடர்களும் வாக்கியங்களும் உங்களுக்கு அதிகமாகத் தெரிந்திருக்க வேண்டும் என்பதை உங்களால் தீர்மானிக்க முடியும். பிறகு, முன்பு நீங்கள் செய்ததுபோலவே, இவற்றையும் சிறு சிறு தொகுதிகளாகக் கூறுபோட்டுக் கொண்டு கற்றுக் கொள்ளுங்கள்.

கிட்டத்தட்ட அனைத்துச் சூழல்களிலுமே, ஒரு பெரிய திறமையைக் கற்றுக் கொள்வதற்கு, மிகச் சிறிய எண்ணிக்கையிலான துணைத் திறமைகளே உங்களுக்கு மிகவும் தேவை என்பதை நீங்கள் காண்பீர்கள். எது ஒரு வித்தியாசத்தை ஏற்படுத்தும் என்பதைப் புரிந்து கொண்டு, உங்கள் முயற்சிகள் எங்கே அதிக முக்கியமானவையாக இருக்குமோ அங்கே அவற்றை முதலீடு செய்யுங்கள்.

உங்களுடைய சுற்றுச்சூழல் உங்களுக்கு உதவிகரமாக இருக்கும்படி பார்த்துக் கொள்ளுங்கள்

மன உறுதி, கவனக்குவிப்பு என்பன போன்ற உள்ளார்ந்த பண்புநலன்கள் ஒரு புதிய திறமையைக் கற்றுக் கொள்ள நிச்சயமாகத் தேவை. அதே நேரம், உங்களுடைய

சுற்றுச்சூழலும் இன்றியமையாத ஓர் அம்சம்தான்.

உங்களுடைய தனிப்பட்ட இடம் உங்களுடைய கற்றலுக்கு ஏதுவானதாக இருக்க வேண்டும். உங்களுக்குக் கவனச்சிதறல் ஏற்படுத்தாததாகவும், உங்களுக்குத் தேவையான அனைத்தும் இருக்கின்ற ஓர் இடமாகவும் அது இருக்க வேண்டும். உங்களுடைய கற்றல் சூழலை மேம்படுத்த நீங்கள் மேற்கொண்டாக வேண்டிய மாற்றங்களில் கிட்டத்தட்ட எல்லாமே எளிதானவைதாம், ஆனால் அவற்றால் ஒரு மாபெரும் வித்தியாசத்தை ஏற்படுத்த முடியும்.

உங்களுக்குத் தேவையான அனைத்தும் உங்கள் அருகில் இருக்க வேண்டும், உங்களுக்குத் தேவையில்லாதவை உங்களுக்கு எட்டாத தூரத்தில் வெகு தள்ளி இருக்க வேண்டும். ஒரு புதிய திறமையைப் பயிற்சி செய்ய உங்களுக்குத் தேவையான அனைத்தும் உங்கள் கைக்கெட்டும் தூரத்தில் இருந்தால், அது உங்கள் நேரத்தை மிச்சப்படுத்தும், உங்கள் வேலை சுமூகமாக நடைபெறுவதற்கு உறுதுணையாக இருக்கும். உங்களுக்குத் தேவையான ஒன்றை உங்களால் கண்டுபிடிக்க முடியாமல் போகும்போது உங்களுக்கு ஏற்படக்கூடிய விரக்தியையும் அது குறிப்பிடத்தக்க அளவு குறைக்கும்.

இதற்கு நேர்மாறாக, தேவையற்ற அனைத்துப் பொருள்களையும் உங்கள் பார்வையில் படாமல் வைப்பது, குறிப்பாக இன்னோர் அறையில் வைப்பது, உங்களுக்குக் கவனச்சிதறல் ஏற்படுவதற்கான சாத்தியக்கூற்றைக் களைகிறது, வேலை செய்வதற்கு உகந்த ஒரு சூழலை உருவாக்குகிறது.

எடுத்துக்காட்டாக, ஓவியம் வரைவதற்கு உங்களுக்கு நீங்கள் கற்றுக் கொடுத்துக் கொண்டிருக்கிறீர்கள் என்றால், உங்களுடைய தனிப்பட்டக் கற்றல் வெளியை, உங்களால் முடிந்த அளவு, வரைவதற்குச் சாதகமான ஒன்றாக ஆக்கிக் கொள்ளுங்கள். வரைவதற்கான தாள்கள், பேனாக்கள், பென்சில்கள் ஆகியவை போதிய எண்ணிக்கைகளில் இருக்கும்படி பார்த்துக் கொள்ளுங்கள். பேனாக்களையும் பென்சில்களையும்

ஒரு கோப்பையில் போட்டு, அதை உங்கள் கைக்கெட்டும் தூரத்தில் வைத்துக் கொள்ளுங்கள். வரைவதற்கு மட்டுமான ஒரு மேசையை வைத்துக் கொள்ளுங்கள். உங்களுக்கு உதவக்கூடிய அறிவுறுத்தல் கையேடுகள் மற்றும் பிற நூல்களையும் அருகில் வைத்துக் கொள்ளுங்கள்.

மேலும், உங்களுக்குக் கவனச்சிதறல் ஏற்படுத்தக்கூடிய எதுவொன்றையும் அந்த அறையிலிருந்து அப்புறப்படுத்திவிடுங்கள். அலைபேசிகள், மடிக்கணினிகள், தொலைக்காட்சி, வரைவதற்குத் தொடர்பில்லாத வேறு புத்தகங்கள் என்பன போன்றவற்றை அகற்றிவிடுங்கள். சத்தமான இசை, இணையத் தொடர்பு ஆகியவை இல்லாமல் பார்த்துக் கொள்ளுங்கள். உங்கள் அறைக் கதவை மூடிவிடுங்கள். நீங்கள் சன்னல் வழியாக வெளியே வேடிக்கை பார்ப்பதை நீங்கள் கண்டால், ஒரு திரை போட்டு அதை மூடிவிடுங்கள்.

உங்களுடைய சூழலை அமைத்துக் கொள்வதில் கண்டிப்புடன் நடந்து கொள்ளுங்கள். நீங்கள் உங்கள் திறமையைப் பயிற்சியின் மூலம் வளர்த்தெடுப்பதும் அதை மெருகேற்றுவதும்தாம் இச்சூழலின் ஒரே நோக்கம். ஒரு புதிய பழக்கம் உங்கள் இயல்பாக ஆவதை இச்சூழல் எளிதாக்கும்.

வெவ்வேறு கற்றல் பாணிகளை ஒன்றுகலத்தல்

கற்பதற்குப் பல்லாயிரக்கணக்கான பாணிகளும் வழிமுறைகளும் இருக்கின்றன. கோட்பாடுகளையும் கருதுகோள்களையும் கொண்டு வல்லுநர்கள் அவற்றை வழிமொழிகின்றனர். ‘கற்றல் பிரமிடு’ என்ற ஒன்றை நீங்கள் கேள்விப்பட்டிருப்பீர்கள். ஆனால், இது போன்ற வழிமுறைகளுக்கு ஆதரவாக அறிவியல் பின்புலம் எதுவும் இல்லை என்று கூறி, இவற்றில் பலவற்றை உளவியலாளர்கள் புறந்தள்ளுகின்றனர். இருப்பினும், இந்தப் பாணிகள் எவை என்பதை நீங்கள் அறிந்திருக்க வேண்டும். இவற்றில் சிலவற்றை

ஒன்றுகலந்து பயன்படுத்திப் பார்ப்பதால் எந்தத் தீங்கும் ஏற்பட்டுவிடாது.

இறுதியில்,உங்களுக்குஎதுசிறப்பாகப்பலனளிக்கிறதோ அதை நீங்கள் தேர்ந்தெடுத்துக் கொள்ள வேண்டும். அது நீங்கள் விரும்புகின்ற விளைவை ஏற்படுத்தும் பட்சத்தில், எந்தவொரு தேர்ந்தெடுப்பும் நியாயமானதுதான். விஷயம் என்னவென்றால், உங்களுக்கு எது சிறந்தது என்பதை நீங்கள் அறியாமல்கூட இருக்கக்கூடும். எனவே, பல்வேறு பாணிகளையும் வழிமுறைகளையும் தெரிந்து கொள்வது உங்களுக்கு உதவிகரமாக இருக்கும்.

சில கற்றல் பாணிகளை ஒன்றுகலந்து பயன்படுத்துவது ஒரு சிறந்த அணுகுமுறையாக இருக்கும். ஏனெனில், கற்றல் முயற்சி சோர்வூட்டுவதாக இருக்கக்கூடாது. அது உங்களுக்கு உதவாது. ஒரு கற்றல் பாணி உங்களுக்குச் சரிப்பட்டு வரவில்லை என்பதால் கற்பதையே நீங்கள் கைவிட்டுவிடுவது சரியானதொரு முடிவல்ல. காட்சிரீதியான கற்றல் முறை உங்களுக்குப் பொருத்தமானதாக இருப்பதை நீங்கள் கண்டறிந்திருந்து, ஆனால் நீங்கள் கற்றுக் கொள்ள விரும்புகின்ற திறமைக்குத் தொடர்புடைய காட்சிரீதியான விளக்கங்கள் எதையும் உங்களால் கண்டுபிடிக்க முடியாவிட்டால், அனைத்துக் கற்றல் பாணிகளையும் கைவிடுவது சரியன்று. குறிப்பிட்டச் சில கற்றல் பாணிகளை ஒன்றிணைப்பதன் மூலம், தகவல்களை நினைவில் வைத்துக் கொள்வதற்கான உங்கள் வாய்ப்புகள் அதிகரிக்கின்றன. ஏனெனில், உங்கள் கைவசம் அதிகமான வழிகள் இருக்கின்றன.

நீங்கள் பயன்படுத்திக் கொள்ளக்கூடிய சில முதன்மையான கற்றல் பாணிகளும் வழிமுறைகளும் கீழே கொடுக்கப்பட்டுள்ளன.

செயல்பாட்டாளரும் பகுப்பாய்வாளரும்: செயல்பாட்டாளர்கள், ஒன்றைச் செய்வதன் மூலம் அறிவைக் கைவசப்படுத்துகின்றனர். தாங்கள் கற்றுக் கொண்டிருக்கின்ற விஷயத்துடன் அவர்கள் தொடர்ந்து உறவாடுகின்றனர், தாங்கள் கற்பதை நடைமுறையில் செயல்படுத்திப் பார்க்கின்றனர், மற்றவர்களுடன்

விவாதிக்கின்றனர். பகுப்பாய்வாளர்கள், தாங்கள் கற்கின்ற விஷயம் தொடர்பான அனைத்தையும் பகுப்பாய்வு செய்துவிட்டு, பிறகு அவற்றை நடைமுறையில் செயல்படுத்திப் பார்க்கின்றனர். இன்னும் துல்லியமாகச் சொல்ல வேண்டுமென்றால், செயல்பாட்டாளர்கள், "சரி, நாம் செயலில் இறங்கலாம்!" என்று கூறுகின்றனர்; ஆனால் பகுப்பாய்வாளர்கள், "இதை நாம் இன்னும் ஆழமாக அலசலாம்!" என்று கூறுகின்றனர்.

மரவேலையை உதாரணமாக எடுத்துக் கொள்ளலாம். செயல்பாட்டாளர்கள் தங்களுக்குத் தேவையான அனைத்துப் பொருள்களையும் சேகரிக்கின்றனர், சில அடிப்படை அறிவுறுத்தல்களைப் படிக்கின்றனர், பிறகு ஒரு மேசையை உருவாக்கத் தொடங்குகின்றனர். அவர்கள் தங்கள் தவறுகளிலிருந்து கற்றுக் கொள்கின்றனர். மறுபுறம், பகுப்பாய்வாளர்கள், அறிவுறுத்தல் கையேட்டைப் படித்துவிட்டு, தாங்கள் பயன்படுத்தக்கூடிய பல்வேறு வகையான வண்ணச்சாயங்களை ஆய்வு செய்துவிட்டு, அவர்கள் என்ன விளைவுகளை எதிர்பார்க்கிறார்களோ அவற்றைப் புரிந்து கொள்வதற்குக் கூடுதலாகச் சிந்தித்துத் திட்டமிடுகின்றனர். அது காலம் தாழ்த்துதலுக்கு இட்டுச் செல்லாதவரை நல்லது.

உணர்தலும் உள்ளுணர்வுரீதியாகச் செயல்படுதலும்: இந்த ஜோடி கற்றல் பாணிகள், 'விவரம் சார்ந்த' மற்றும் 'இறுதி நோக்கம்' குறித்தச் சிந்தனையாளர்கள் எனும் இருமையுடன் தொடர்புடையவை. உணர்தல் மூலம் கற்பவர்கள், தகவல்கள், நினைவாற்றல், பாரம்பரிய கற்றல் முறை ஆகியவை குறித்து ஈர்க்கப்படுகின்றனர். இவர்கள் யதார்த்தவாதிகள். ஒரு பணித்திட்டத்தில் சில குறிப்பிட்ட அம்சங்களை அவர்களால் பார்க்க முடியும்; பிரச்சனைகளைத் தீர்ப்பதற்குப் பாரம்பரியமான செயல்முறைகளை அவர்கள் கடைபிடிக்கின்றனர்; ஒரு பிரச்சனை பற்றிய விவரங்கள்மீது உன்னிப்பாகக் கவனம் செலுத்துகின்றனர்.

மறுபுறம், உள்ளுணர்வுரீதியாகக் கற்பவர்கள், ஒரு குறிப்பிட்டத் திறமையின் விளைவுகள்மீதும் தொடர்புகள்மீதும் ஆற்றல்மீதும் கவனம்

செலுத்துகின்றனர். அவர்கள் படைப்பாற்றல் மிக்கவர்களாகவும், கோட்பாடுகளுக்கு இடையேயான தொடர்புகளைப் புரிந்து கொள்வதற்கான புதிய வழிகளை நாடுபவர்களாகவும் இருக்கின்றனர். அவர்கள் எல்லா நேரமும் சின்னச் சின்ன விவரங்கள்மீது கவனம் செலுத்துவதில்லை, அதனால் அவர்கள் அடிக்கடி தவறுகள் செய்யக்கூடும். ஆனால், கையிலுள்ள இலக்கைப் பற்றிய அவர்களுடைய ஆழமான புரிதல், அவர்களுடைய கண்ணோட்டத்தை முக்கியமானதாக வைக்கிறது.

எடுத்துக்காட்டாக, உணர்தல் மூலம் கற்கின்ற ஒருவர், வலைத்தள வடிவமைப்பைக் கற்கும்போது, தன்னுடைய நிரலின் அனைத்து விஷயங்கள்மீதும் உன்னிப்பாகக் கவனம் செலுத்துவார். தன்னுடைய நிரலின் ஒவ்வொரு வரியையும் அவர் மீண்டும் மீண்டும் படித்து, பிழைகளைக் கண்டறிந்து, தேவையான திருத்தங்களையும் மாற்றங்களையும் மேற்கொள்வார். அவருடைய நிரலின் அனைத்து நுண்ணிய விவரங்களும் அவருக்குத் தெரிந்திருக்கும், அதனால் ஒரு தவற்றை அவரால் விரைவாகச் சரி செய்துவிட முடியும். உள்ளுணர்வுரீதியாகக் கற்கின்ற ஒருவர், சில நிரல்களும் செயல்பாடுகளும் எவ்வாறு வேலை செய்கின்றன என்பதையும், அவற்றுக்கு இடையேயான தொடர்பு இறுதி இலக்கிற்கு எவ்வாறு பங்களிக்கிறது என்பதையும் புரிந்து கொள்வதில் அதிகக் கவனம் செலுத்துவார். உணர்தல் மூலம் கற்பவர், எச்டிஎம்எல் நிரல்களையும், ஜாவாஸ்கிரிப்டையும், தனியாக இயங்கக்கூடிய அம்சங்களையும் பார்க்கிறார்; உள்ளுணர்வுரீதியாகக் கற்பவர், ஓர் ஆன்லைன் கடையின் அம்சங்களைப் பார்த்துவிட்டு, அவை அனைத்தும் ஒன்றாகச் சேர்ந்து இணக்கமாக இயங்குவதை உறுதி செய்ய முயற்சிக்கிறார்.

நேர்க்கோட்டுக் கற்றலும் சீரற்றக் கற்றலும்: இந்த ஜோடி கற்றல் அணுகுமுறைகள், உணர்தல்/உள்ளுணர்வுரீதியான கற்றலுக்கு இணையானவை. நேர்க்கோட்டுக் கற்றல் பாணியைக் கடைபிடிக்கின்றவருக்கு ஒழுங்கும் தர்க்கரீதியான செயல்முறையும் தேவை. ஒரு நேரத்தில்

ஒரு தகவல் என்ற கணக்கில், அறிவை அவர்கள் ஒரு நேர்க்கோட்டுப் பாணியில் பெறுகின்றனர். ஒவ்வொரு தகவலும் முந்தைய தகவல்களின் ஒரு நியாயமான நீட்சியாக இருக்கும். நேர்க்கோட்டுக் கற்றல் பாணியைக் கடைபிடிப்பவர்கள், ஓர் ஒழுங்குவரிசையுடன்கூடிய செயல்முறைகளைக் கடைபிடிப்பதன் மூலம் பிரச்சனைகளுக்குத் தீர்வு காண்கின்றனர்.

சீரற்றக் கற்றலைப் பின்பற்றுபவர்கள் ஓர் ஒழுங்குமுறையுடன் கற்பதில்லை. அவர்கள் தங்கள் மனம் போன போக்கில் கற்கின்றனர். தாங்கள் கற்கின்ற விஷயத்தின் நுண்ணிய விவரங்களை அவர்களால் விவரிக்க முடியாது. அவர்கள் தாறுமாறாகக் கற்பார்கள், ஒரு தலைப்பிலிருந்து இன்னொரு தலைப்புக்குத் தாவுவார்கள், அவற்றுக்கு இடையேயான தொடர்பைப் பற்றித் தெரிந்து கொள்வதில் அவர்கள் அக்கறை காட்டுவதில்லை. ஆனால், இறுதியில் எப்படியோ அவர்கள் 'கற்றுவிடுகின்றனர்.' இப்படி அதிகத் தற்செயலான ஒரு விதத்தில் கற்கின்ற அவர்களுடைய இயல்பான போக்கு, பல்வேறு சித்தாந்தங்களுக்கு இடையேயான, வழக்கத்திற்கு மாறான தொடர்புகளை உருவாக்க அவர்களுக்கு உதவுகிறது. இதனால், அதிக நுண்ணிய மற்றும் சிக்கலான விவகாரங்களை எதிர்பாராத வழிகளில் அவர்களால் தீர்க்க் முடிகிறது.

எடுத்துக்காட்டாக, ஒரு சிறந்த பேச்சாளராக ஆவது எப்படி என்பதைக் கற்றுக் கொள்வதில், நேர்க்கோட்டுக் கற்றல் முறையில் கற்கின்ற ஒருவர் படிப்படியாக முன்னேற விரும்புவார். ஒரு நேரத்தில் ஓர் அம்சத்தின்மீது அவர்கள் கவனம் செலுத்துவர். ஓர் உரையை எழுதுதல், குரலின் தொனியை மாற்றுதல், சைகைகளைப் பயன்படுத்துதல், பார்வையாளர்களின் மனநிலையைப் புரிந்து கொள்ளுதல் என்பன போன்ற, மேடைப் பேச்சின் ஒவ்வோர் அம்சத்தையும், ஓர் ஒழுங்குவரிசையில், ஒரு நேரத்தில் ஓர் அம்சம் என்ற கணக்கில் அவர்கள் பயிற்சி செய்வர். சீரற்ற முறையில் கற்கின்ற ஒருவர், ஒழுங்குவரிசையைப் பற்றி யோசிக்காமல், தனக்கு விருப்பமான விதத்தில்

கற்பார். அவர்கள் நேரடியாகக் களத்தில் இறங்கி, பெரிய குழுக்களில் தங்களுடைய பேச்சுத் திறமையைப் பரிசோதித்து அதை ஆய்வு செய்து மெருகேற்றுவர். அவர்கள் இதைப் படிப்படியாகச் செய்யாமல் ஒரே நேரத்தில் பல அம்சங்களை முயற்சித்துப் பார்த்துக் கற்றுக் கொள்வர்.

காட்சிரீதியான, கேட்டல்ரீதியான, வாசித்தல்-எழுதுதல்ரீதியான, மற்றும் உடலியக்கவியல்ரீதியான கற்றல்: இந்தக் கற்றல் பாணிகள், கற்கின்றவருக்குத் தகவல்கள் வழங்கப்படுகின்ற விதத்தால் வேறுபடுகின்றன. காட்சிரீதியாகக் கற்பவர்கள், நீங்கள் எதிர்பார்ப்பதுபோல, படங்கள், விளக்கப்படங்கள், ஓவியங்கள், திரைப்படங்கள், நேரடி விளக்கங்கள், கண்களுக்கு விருந்தளிக்கும் ஊடகங்கள் ஆகியவற்றுக்குச் செயல்விடை ஆற்றுகின்றனர். விஷயங்களைப் பார்ப்பதன் மூலம் அவர்கள் கற்கின்றனர். காட்சிரீதியாகக் கற்கின்ற சமூக அறிவியல் மாணவர் ஒருவர், மக்கட்தொகை பரவலைக் காட்டுகின்ற ஒரு வரைபடத்திற்குச் செயல்விடை அளிப்பார்; காட்சிரீதியாகக் கற்கின்ற சமையற்கலை மாணவர் ஒருவர், கோழிக்கறி சமைப்பது எப்படி என்பதை விளக்குகின்ற ஒரு காணொளியை மெச்சுவார்.

கேட்டல்ரீதியாகக் கற்பவர்கள், கேட்பதன் மூலமும் பேசுவதன் மூலமும் கற்கின்றனர். ஒரு சொற்பொழிவு, ஒரு குழு விவாதம் ஆகியவை அதற்கான எடுத்துக்காட்டுகள். வாட்டர்லூ போர் பற்றி விளக்கும்போது, அவர்களுடைய பேராசிரியர் அதை ஒரு கதையின் வடிவில் சுவாரசியமாக எடுத்துரைக்கும்போது, அதை அவர்கள் சிறப்பாகப் புரிந்து கொள்கின்றனர்.

மறுபுறம், வாசித்தல் மற்றும் எழுதுதல் மூலம் கற்பவர்கள், எழுதப்பட்டுள்ள சொற்களின்மீது கவனம் செலுத்துகின்றனர், புத்தகங்களை வாசிப்பதன் மூலம் தகவல்களை நினைவில் பதிய வைத்துக் கொள்கின்றனர், ஆராய்ச்சிக் கட்டுரைகளைப் படிக்கின்றனர். தாங்கள் கற்றுள்ளவற்றை விளக்குவதற்கு அவர்கள் எழுத்துபூர்வமான அறிக்கைகளையும் பதிவுகளையும்

விரும்புகின்றனர். வாட்டர்லூ போரில் நெப்போலியனின் தோல்வி பற்றிய ஒரு புத்தகத்தை வாசிக்க அவர்கள் விரும்புவர். கேட்டல்ரீதியாகக் கற்பவர்களும், வாசித்தல் மற்றும் எழுதுதல் மூலம் கற்பவர்களும், சொற்களுக்கு மிகுந்த முக்கியத்துவம் கொடுக்கின்றனர்.

உடலியக்கவியல்ரீதியாகக் கற்பவர்கள் உடலியக்கத்தால் தழைக்கிறார்கள். அவர்களுடைய தசைகள்தாம் அவர்களுடைய நினைவாற்றலுக்கான முதன்மையான காரணம். கை-கண் ஒருங்கிணைப்பு, துல்லியமாக எதிர்வினையாற்றல் ஆகியவற்றில் அவர்கள் சிறந்து விளங்குகின்றனர். விளையாட்டுகள், நடனமாடுதல், மற்றும் பிற உடல்ரீதியான நடவடிக்கைகளில் அவர்கள் சிறப்பாகச் செயல்படுகின்றனர். அதிக அறிவுபூர்வமான பாடங்களை புத்திசாலித்தனமான ஆசிரியர்களால் இவர்களுக்குக் கற்றுக் கொடுக்க முடியும். எடுத்துக்காட்டாக, படங்கள், வரைபடங்கள் ஆகியவற்றை வரைவதற்கு இந்த மாணவர்களை ஊக்குவிப்பதன் மூலம் அவர்களால் கற்றுக் கொடுக்க முடியும்.

கற்பதற்கு முறையாகத் திட்டமிடுவது ஒரு குறிப்பிட்ட வகையான அதிகாரத்தை உங்களுக்குக் கொடுக்கிறது. நீங்கள் கற்பதற்கான வேகத்தை நிர்ணயித்துக் கொள்ளவும், உங்களுடைய திறன்களைப் புரிந்து கொள்ளவும், உங்களுடைய கற்றலை இவற்றைச் சுற்றி ஒழுங்கமைத்துக் கொள்ளவும் இந்தத் திட்டமிடல் உதவுகிறது. யாரோ ஒருவர் உங்களை வழிநடத்துவதைவிட நீங்களே கற்றுக் கொள்வது உங்களை அதிகமாக ஊக்குவிக்கும். உங்களுடைய கற்றலுக்கு ஒரு திட்டத்தை வகுத்துக் கொள்வதன் மூலம், நீங்கள் கற்றுக் கொள்ள விரும்புகின்ற திறமைகள்மீது தனிப்பட்ட ஆர்வத்தையும் உந்துதலையும் உங்களுக்கு நீங்களே கொடுத்துக் கொள்கிறீர்கள்.

இரத்தினச்சுருக்கமாக

- ஒரு திட்டத்தை உருவாக்குவது முக்கியம். அதுதான் ஒரே வழி என்பதன்று விஷயம்,

ஆனால் திறமையைக் கைவசப்படுத்துவதற்கான வேகத்தில் அது நிச்சயமாக ஒரு வித்தியாசத்தை ஏற்படுத்தும். சிறப்பாகத் திட்டமிடுவதற்கான வழிகளில் ஒன்று, குறைவான தகவல்களை நுகர்வது. பெரும்பாலான மக்கள், தகவல் சேகரிப்புக் கட்டத்தில் அப்படியே முடங்கிவிடுகின்றனர். செயலில் இறங்குவதை அது தடுக்கிறது. உங்களுக்கு ஒருபோதும் எல்லாம் தெரிந்திருக்காது என்பதை அறிந்திடுங்கள். சில விஷயங்களைக் கற்றுக் கொண்டவுடன், செயலில் இறங்கி அவற்றைப் பயிற்சி செய்யுங்கள். இதை நீங்கள் பிரக்ஞையோடு செய்ய வேண்டும். ஓர் உற்பத்தியாளர் மனப்போக்கை சுவீகரித்துக் கொள்வது அதற்கு உதவும்.

- உங்களுடைய திறமையைச் சிறிய துணைத் திறமைகளாகக் கூறுபோட்டுக் கொள்ளத் திட்டமிடுங்கள். அதிக எளிதாகப் படிக்க இது உதவும். இக்கணத்தில் எந்தத் திறமைகள் உண்மையிலேயே முக்கியம், எவை முக்கியமல்ல என்பதையும் அது தெளிவுபடுத்தும். 80–20 சமநிலையைக் கண்டுபிடியுங்கள்.
- கற்பதையும் பயிற்சி செய்வதையும் எளிதாக்குகின்ற விதத்திலும், கவனச்சிதறலையும் காலம் தாழ்த்துதலையும் தடுக்கின்ற விதத்திலும் உங்கள் சூழலை அமைத்துக் கொள்ளுங்கள். உங்களுக்கு வேண்டியவற்றை உங்களுக்கு அருகில் வைத்துக் கொள்ளுங்கள், உங்களுக்குத் தேவையில்லாதவற்றை உங்கள் பார்வையிலிருந்து மிகவும் தள்ளி வைத்துவிடுங்கள். உங்கள் மன உறுதி இங்கு வேலைக்கு ஆகாது.
- கற்றலின் பல பாணிகளையும் வழிமுறைகளையும் கலந்து பயன்படுத்தத் தயாராக இருங்கள். கற்றலுக்குப் பல்வேறு ஆயுதங்கள் இருப்பதில் எந்தத் தீங்கும் இல்லை. நீங்களே ஒரு புதிய பாணியைக்கூடக் கண்டுபிடிக்கக்கூடும்.

அத்தியாயம் 4

உங்களைச் சுற்றிலும் உள்ள மக்கள்

உங்கள் திறமைகளின் வளர்ச்சியின்மீது ஏற்படுகின்ற, ஆனால் அதிகமாகக் கண்டுகொள்ளப்படாமல் போகின்ற ஒரு முக்கியத் தாக்கம், உங்களைச் சுற்றி நீங்கள் வைத்துக் கொள்கின்ற மக்கள். நீங்கள் உங்கள் இலக்கை அடைய உங்களுக்கு உதவக்கூடியவர்களாக அவர்கள் இருக்கலாம், அல்லது உங்களுடைய உத்வேகத்தை உறிஞ்சி, உங்களை முன்னோக்கி நகரவிடாமல் தடுக்கின்றவர்களாகவும் அவர்கள் இருக்கலாம். அவர்களால் உங்களுக்கு வழிகாட்ட முடியும், உங்களுக்குத் தேவையான அடித்தளத்தை அமைத்துக் கொடுக்க முடியும், அல்லது உங்கள்மீது அக்கறையற்றும் இருக்க முடியும். உங்களைச் சுற்றி நீங்கள் அமைத்துக் கொள்கின்ற சூழலுடன் அவர்கள் கைகோர்த்துச் செல்வர். உங்களுக்கு உதவக்கூடிய ஒரு சூழலை உங்களால் உருவாக்கிக் கொள்ள முடியும், அல்லது உங்களுக்குத் தீங்கு விளைவிக்கக்கூடிய ஒரு சூழலையும் உங்களால் உருவாக்கிக் கொள்ள முடியும். மக்களும் அதே வழியில்தான் செயல்படுகின்றனர். ஆனால், அவர்களைப் பற்றி அந்த விதத்தில் சிந்திப்பது

அவ்வளவு மகிழ்ச்சியூட்டக்கூடியதாக இருக்காது.

மக்கள் அடிக்கடி உங்கள் வாழ்விற்குள் வந்து போகின்றனர் என்றாலும், யார் உங்களுக்கு நெருக்கமானவர்களாக ஆகின்றனர், யார் சற்றுத் தள்ளி இருக்கின்றனர் என்பதைத் தீர்மானிப்பதில் உங்களுக்கு ஓரளவு கட்டுப்பாடு இருக்கிறது. நாம் மக்களைப் பயன்படுத்திக் கொள்ள விரும்புகிறோம், நமக்குப் பயனுள்ளவர்களை மட்டுமே நம்மைச் சுற்றி வைத்துக் கொள்ள விரும்புகிறோம் என்பதன்று விஷயம். மாறாக, உங்களுடைய வட்டத்திற்குள் எத்தகைய மக்கள் வரக்கூடும், அவநம்பிக்கையாளர்களை எவ்வாறு தவிர்ப்பது, உணர்ச்சிரீதியாக உங்களுக்கு ஆதரவு நல்கக்கூடிய, உங்களை எடைபோடாத மக்களை எவ்வாறு கையாள்வது ஆகிய விஷயங்களை இந்த அத்தியாயம் ஆய்வு செய்கிறது.

எதிர்மறைச் சிந்தனையாளர்களைக் களையெடுங்கள்

மற்றவர்களைப் பின்னுக்கு இழுத்துப் பிடிக்கின்ற திறன் சிலருக்கு இருக்கிறது—அது அவர்களுக்குத் தெரிந்திருக்கிறதோ இல்லையோ. அத்தகைய நபர்கள்தாம் உங்களுடைய வளங்களை உறிஞ்சுவர், உங்களை நம்பிக்கையிழக்கச் செய்து உங்களுக்கு மனச்சோர்வு ஏற்படுத்துவர், நீங்கள் எங்கே போய்ச் சேர விரும்புகிறீர்களோ அங்கே நீங்கள் போய்ச் சேராதபடி எப்போதும் உங்களைப் பின்னுக்கு இழுத்துப் பிடிப்பர். இத்தகைய நபர்களை உங்கள் வாழ்க்கையிலிருந்து வெளியேற்றுவதுதான் உங்களுடைய நண்பர்கள் வட்டத்தை வடிவமைப்பதில் நீங்கள் மேற்கொள்ள வேண்டிய முதல் நடவடிக்கையாகும்.

அவர்கள் உங்களை எந்த விதத்திலும் தொந்தரவு செய்து கொண்டிருக்கவில்லை அல்லது பாதித்துக் கொண்டிருக்கவில்லை என்று நீங்கள் நினைக்கக்கூடும், ஆனால் அவர்கள் உங்களைத் தொந்தரவு செய்து கொண்டிருக்கின்றனர், உங்களைப் பாதித்துக் கொண்டிருக்கின்றனர். இதுதான் உண்மை. நீங்கள்

அவர்களுடன் எவ்வளவு அதிகமாக உறவாடுகிறீர்களோ, வாழ்க்கையைப் பற்றிய அவர்களுடைய அபிப்பிராயங்களும் கண்ணோட்டங்களும் அவ்வளவு அதிகமாக உங்களுடைய சொந்த அபிப்பிராயங்களையும் கண்ணோட்டங்களையும் ஊடுருவும். அவர்களுடைய நம்பிக்கைகளுக்கு எதிராக நீங்கள் உங்கள் வாதங்களை முன்வைக்க முயன்றாலும், அவர்கள் அணுவணுவாக உங்களுடைய கண்ணோட்டத்தைச் செதுக்கிக் கொண்டிருக்கின்றனர். அது உங்கள் மூளையில் ஆழமாகப் பதிந்துவிடும். ஒரு புதிய முயற்சிக்கான ஒரு யோசனையை நீங்கள் எடுத்துரைத்தால், அவர்கள் உங்களிடம் உள்ள குறைபாடுகளைச் சுட்டிக்காட்டி, அந்த முயற்சியில் நீங்கள் ஏன் தோற்றுப் போவீர்கள் என்பதற்கான காரணங்களைப் பட்டியலிட்டுச் சொல்லி, உங்களுடைய அந்த யோசனையை அப்படியே சாகடித்துவிடுவர். நீங்கள் ஒரு சிறப்பான அபிப்பிராயத்தை வெளிப்படுத்தினால், நீங்கள் எதைப் பற்றிப் பேசிக் கொண்டிருக்கிறீர்கள் என்பதே உங்களுக்குத் தெரியவில்லை என்று கூறி உங்களுக்குத் தங்களுடைய பின்னூட்டக்கருத்துகளை அள்ளி வழங்கத் தொடங்கிவிடுவர். எரிச்சலூட்டும் மனிதர்கள் இவர்கள்.

இருப்பினும், அவர்கள் மனிதர்கள்தாம். அவர்கள் தங்களுடைய அவநம்பிக்கை மனப்போக்கை மற்றவர்கள்மீது திணிப்பதற்கு அவர்களிடம் உள்ள ஏராளமான தனிப்பட்ட பயங்கள் காரணமாக இருக்கலாம். ஒருவரிடமிருந்து முளைவிடுகின்ற அனைத்து எதிர்மறைக் கருத்துகளும், அவருக்குள் ஆழமாக வேரூன்றியுள்ள மூன்று பயங்களில் ஏதோ ஒன்றிலிருந்துதான் தோன்றுகின்றன. தாங்கள் அவமதிக்கப்படக்கூடும் என்ற பயம், தாங்கள் நேசிக்கப்படாமல் போகக்கூடும் என்ற பயம், நிகழக்கூடிய சாத்தியமுள்ள மோசமான விஷயங்கள் பற்றிய பயம் ஆகியவையே அந்த மூன்று பயங்கள்.

இந்த பயங்கள் அனைத்தும் சேர்ந்து ஒரு மோசமான உலகப் பார்வையை உருவாக்குகின்றன. உலகம் மிகவும் கொடூரமானது, மக்கள் மோசமானவர்கள்

என்பதுதான் அது. எதிர்மறையான மக்களுடனான உங்கள் தொடர்பின் காரணமாக, அவர்களுடைய அந்தக் கண்ணோட்டம் உங்கள்மீது திணிக்கப்படுகிறது. மேலும், நீங்கள் ஓரளவு வெற்றியோ அல்லது மகிழ்ச்சியோ அடைந்திருந்து, அதை நீங்கள் வெளிக்காட்டினால், அந்நபர்கள் கோபமும் பொறாமையும் கொள்வதற்கான வாய்ப்பு அதிகம் உள்ளது.

நீங்கள் உங்களையும் அறியாமல் அவர்களுடைய கண்ணோட்டங்களை உங்களுடைய சொந்தக் கண்ணோட்டங்களாக சுவீகரித்துக் கொள்ளக்கூடும்.

பிறருடைய பயங்களின் தாக்கத்தின் காரணமாக வாழ்வில் முன்னோக்கி அடியெடுத்து வைக்க முடியாமல் போகின்ற மக்களை நீங்கள் பரவலாகப் பார்க்கலாம்.

- விளையாடினால் காயம் ஏற்படக்கூடும் என்ற தங்களுடைய சொந்த பயத்தால், தங்களுடைய சொந்தக் குழந்தைகளை விளையாட அனுமதிக்காத பெற்றோர்.
- தான் நேசிக்கப்படாமலும் தனியாகவும் இறக்கக்கூடும் என்ற தீவிர பயத்தால், உங்களுடைய உறவைப் பற்றி எதிர்மறையான கருத்துகளை உமிழ்கின்ற ஒரு பொறாமைக்கார நண்பர்.
- தன் கீழ் வேலை பார்க்கின்றவர்களால் மதிக்கப்படாத காரணத்தால், உங்களுக்குக் கிடைத்துள்ள உயர்ந்த பதவியைப் பற்றி மோசமான விஷயங்களை அடுக்கிக் கொண்டே போகின்ற ஒரு சக ஊழியர்.

அவர்களுடைய கண்டனங்களும் குறைகளும் அவர்களுடைய சொந்த பயங்களிலிருந்துதாம் உற்பத்தியாகின்றன என்பதை நீங்கள் உணரும்போது, அவர்களுடைய சந்தேகங்கள் அவர்களாக உருவாக்கிக் கொண்டவையே என்பதை நீங்கள் புரிந்து கொள்வீர்கள். அவற்றுக்கும் உங்களுக்கும் எந்தத் தொடர்பும் இல்லை. அவர்களுடைய சந்தேகங்கள் உங்களை இழுத்துப்

பிடித்து நிறுத்தக்கூடாது.

எதிர்மறைத் தாக்கம் ஏற்படுத்துபவர்கள், ஒரு விசித்திரமான வழியில், சந்தர்ப்பவாதிகளாவர். நீங்கள் ஓர் எதிர்மறையான அபிப்பிராயத்தை வெளிப்படுத்தினால், அவர்கள் மகிழ்ச்சியாக உங்கள் கருத்தை ஏற்றுக் கொள்வர்; நீங்கள் சந்தேகப்படுவது ஏன் சரி என்பதற்கு அவர்கள் விளக்கமளிப்பர்; உங்களுடைய எதிர்மறையான அல்லது தீங்கு விளைவிக்கக்கூடிய சிந்தனைக்கு அவர்கள் தங்களுடைய முழு ஆதரவைக் கொடுப்பர். உங்களுக்குள் ஏற்பட்டுள்ள பாதுகாப்பின்மை உணர்வை அவர்கள் மேன்மேலும் வலுப்படுத்தி, ஒரு சுய சந்தேகக் கிணற்றுக்குள் உங்களைத் தள்ளிவிடுவர். இதற்கு நேர்மாறாக, உங்களுக்கு சக்தியளிக்கக்கூடிய எண்ணங்களை நோக்கி அவர்கள் உங்களை வழிநடத்துவது சிறப்பானதாக இருக்கும்.

நேர்மறையான மக்கள், நீங்கள் உங்களைப் பற்றிய சுய சந்தேகங்களை வெளிப்படுத்தும்போது, சுய நம்பிக்கையை நோக்கி உங்களை வழிநடத்துவர். உங்களால் எதையும் சாதிக்க முடியும் என்பதை அவர்கள் உறுதி செய்வர். உங்களால் முடியாது என்று நீங்கள் நினைத்தால், உங்கள் எண்ணம் தவறு என்று நிரூபிக்க அவர்கள் முயற்சி செய்வர். ஆனால், எதிர்மறையான மக்கள், உங்களிடம் இருக்கின்ற கொஞ்சநஞ்ச நம்பிக்கையைக்கூடப் பறித்துவிடக்கூடிய ஓர் எதிரொலியாகச் செயல்படுவர்.

எதிர்மறையான நண்பர்கள் தங்களுடைய சொந்தச் செயலின்மையில் உழன்று கொண்டிருப்பர். ஒரு தனிமனிதனாக வளர்வதில் இருக்கின்ற அர்த்தத்தையோ அல்லது வெகுமதியையோ அவர்கள் பார்ப்பதில்லை. தாங்கள் இவ்வாறு உணர்கிறோம் என்பதையும் அவர்கள் உணராமல் இருக்கக்கூடும், ஆனால் 'நீங்கள்' வளர்வதையும் அவர்கள் விரும்புவதில்லை. எனவே, நீங்கள் பக்குவமடைவதிலிருந்தும், மாறுவதிலிருந்தும், வளர்ச்சியடைவதிலிருந்தும் அவர்கள் உங்களை மும்முரமாகத் தடுத்துக் கொண்டே இருப்பர். நீங்கள் மேம்படுவதற்கு அவ்வளவாக வாய்ப்பில்லை என்பதை

அவர்கள் லேசாக உணர்ந்தால்கூட, அவர்கள் உங்களை எதிர்மறையாக உற்சாகப்படுத்துவர்; ஆனால், நீங்கள் வெற்றிக் கோட்டை நெருங்கும்போது அல்லது அவர்களை முந்திச் செல்வதற்கு வெகு அருகே வரும்போது, அவர்கள் திடீரென்று உங்களுடைய மிகப் பெரிய விமர்சகர்களாக மாறிவிடுவர்.

உங்கள் வாழ்வில் நீங்கள் முன்னேறுவதற்கான ஒரே வழி, தங்கள் வாழ்வில் முன்னேறிச் செல்ல விரும்புகின்ற மக்களுடன் தொடர்பு ஏற்படுத்திக் கொள்வதுதான். ஏனெனில், அவர்கள் தங்களோடு சேர்த்து உங்களுக்கு உதவத் தயாராக இருப்பர். நேர்மறையான மக்கள் எப்போதும் ஆக்சிலரேட்டரில் கால் வைத்திருப்பர், ஆனால் எதிர்மறையாளர்கள் பிரேக்கின்மீது கால் வைத்திருப்பர்.

உங்களைச் சூழ்ந்துள்ள எதிர்மறையாளர்கள் அனைவரையும் விரட்டியடிப்பது சாத்தியமற்றது. குறிப்பாக, அவர்கள் உங்களுடைய நெருங்கிய குடும்ப உறுப்பினர்களாக இருக்கும்போது. ஆனால், எதிர்மறையான மக்களுடன் நீங்கள் அதிகமாக உறவாட வேண்டியிராதபடி விஷயங்களை உங்களால் முடிந்த அளவு ஒழுங்கமைத்துக் கொள்ளுங்கள். அவர்களுடைய எதிர்மறைச் சிந்தனை எப்போதும் அவர்களைப் பற்றியவையாகத்தான் இருக்கின்றன, உங்களைப் பற்றியவை அல்ல. எதிர்மறையாளர்களுடனான தொடர்பை மொத்தமாகத் துண்டித்துக் கொள்வது அவ்வளவாகச் சாத்தியமில்லை. ஆனால், குறைந்தபட்சம், நீங்கள் யாரைக் கையாண்டு கொண்டிருக்கிறீர்கள் என்பதைத் தெரிந்து கொண்டு, அவர்களுடைய எதிர்மறைக் கருத்துகளை ஒதுக்கித் தள்ளவாவது கற்றுக் கொள்ளுங்கள்.

ஒரு முன்மாதிரியைக் கண்டுபிடியுங்கள்

உங்களால் முடிந்த அளவு எதிர்மறைகளை உங்கள் வாழ்விலிருந்து அப்புறப்படுத்தியவுடன், உங்களுடைய சூழலை மாற்றுவதில் நீங்கள் மேற்கொள்ள வேண்டிய

அடுத்த நடவடிக்கை, நீங்கள் அடைந்துள்ள அளவுக்கு வெற்றியடைந்துள்ள மக்களை அடையாளம் காண்பது—உங்களுக்கு அவர்களைத் தெரிந்திருக்கிறதோ இல்லையோ. அவர்கள் உங்களுக்கு ஆதரவளிக்க வேண்டும், உங்கள் வளர்ச்சிக்குத் துணை நிற்க வேண்டும். இங்கேதான், நகலெடுத்தல் (மாடலிங்) என்ற யோசனை உள்ளே நுழைகிறது.

நகலெடுத்தல் என்பது ஒரு என்.எல்.பி. (நியூரோ லிங்க்விஸ்டிக் புரோகிராமிங்) வழிமுறை. உங்களைச் சுற்றி இருக்கின்ற மக்களிடம் உள்ள விரும்பத்தக்கப் பண்புநலன்களை சுவீகரித்துக் கொள்ள உங்களுக்கு உதவுவதற்கான ஒரு வழிமுறை அது. வெற்றிகரமான மக்களின் நடத்தைகளை நகலெடுப்பதன் மூலம் நேர்மறையான விளைவுகளைப் பெறுவதுதான் இதன் பின்னால் உள்ள யோசனை. செழிப்பான மற்றும் ஆக்கபூர்வமான மக்களின் நடவடிக்கைகள், அவர்கள் பேசும் விதம், அவர்கள் பயன்படுத்துகின்ற சொற்கள், அவர்கள் மேற்கொள்கின்ற தீர்மானங்கள், அவர்களுடைய ஒட்டுமொத்த மனநிலை ஆகியவற்றை நீங்கள் சுவீகரித்துக் கடைபிடிப்பதன் மூலம், அவர்கள் அடைந்துள்ள அளவு வெற்றியை இறுதியில் உங்களாலும் அடைய முடியும் என்பது இந்த வழிமுறையின் பின்னால் உள்ள நம்பிக்கை. நீங்கள் எந்தத் திறமையில் வல்லமை பெற வேண்டும் என்று நீங்கள் விரும்புகிறீர்களோ, அதில் வெற்றிகரமாகத் திகழ்கின்ற மக்களை நீங்கள் நகலெடுக்கும்போது, நீங்கள் வேகமாக முன்னோக்கிச் செல்கிறீர்கள்.

உங்களுடைய முன்மாதிரி, நீங்கள் தேடிக் கொண்டிருக்கின்ற வகையான வெற்றியை உருவாக்கக்கூடிய உத்திகளையும், நடவடிக்கைகளையும், பாரம்பரியங்களையும், பாணிகளையும் கொண்டவராக இருக்க வேண்டும். அவை சில அடிப்படைகள் மட்டுமே. நகலெடுக்கும்போது, அந்நபருடைய வெற்றியின்மீது ஒரு நேரடித் தாக்கம் ஏற்படுத்துகின்ற பண்புநலன்களின்மீது மட்டுமே நீங்கள் கவனம் செலுத்த வேண்டும்.

ஒரு விதத்தில் நீங்கள் இதை ஏற்கனவே

செய்து கொண்டிருக்கிறீர்கள், ஆனால் உங்களை அறியாமலேயே. குறிப்பிட்டச் சில நபர்களுடன் அல்லது குழுக்களுடன் நீங்கள் செலவிடுகின்ற நேரம் எவ்வளவானாலும் சரி, அவர்களுடைய பல பண்புநலன்களையும் தத்துவங்களையும் நடவடிக்கைகளையும் நீங்கள் சுவீகரிக்கிறீர்கள். இதை நீங்கள் உங்கள் வாழ்நாள் முழுவதும் செய்கிறீர்கள். உங்களுக்கு மிக நெருக்கமானவர்களின் நடத்தைகளையும் நடவடிக்கைகளையும் நீங்கள் மெள்ள மெள்ள உங்கள் வாழ்வில் செயல்படுத்துகிறீர்கள்.

முதலில், நீங்கள் உங்களிடம் வளர்த்துக் கொள்ள விரும்புகின்ற பண்புநலன்களும் திறமைகளும் உங்களுடைய பொது வட்டத்தில் உள்ளவர்களில் யாரிடம் இருக்கின்றனவோ அவர்களிடமிருந்து கற்றுக் கொள்ளுங்கள். அவர்கள் எல்லா விதங்களிலும் உங்களை விஞ்சி இருந்தால் மட்டுமே அவர்களிடமிருந்து கற்றுக் கொள்வதற்கு உங்களுக்கு ஏதாவது இருக்கும். எனவே, அதில் அக்கறை காட்டுங்கள்.

நீங்கள் விரும்புகின்ற பிரபலமான நபர் யாரேனும் இருந்தால், அவர்களைப் பற்றியும் ஆய்வு செய்யுங்கள். அவர்களுடைய பேட்டிகளையும் கதைகளையும் படியுங்கள். பிறகு, ஏதேனும் ஒரு பிரச்சனைகரமான சூழ்நிலை எழும்போது, அந்தப் பிரபலமான நபர் உங்கள் இடத்தில் இருந்தால் என்ன செய்வார் என்று உங்களிடம் கேளுங்கள்.

உங்களுடைய முன்மாதிரி நபரிடமிருந்து நீங்கள் சுவீகரிக்க விரும்பக்கூடிய சில குறிப்பிட்ட விஷயங்களில் பின்வருவனவும் அடங்கும்.

புற நடத்தை: உங்கள் முன்மாதிரி நபர் இவ்வுலகிலுள்ள மற்றவர்களின் பார்வையில் எவ்வாறு நடந்து கொள்கிறார்? அவர் எத்தகைய பழக்கவழக்கங்களையும் திறன்களையும் வெளிப்படுத்துகிறார்? அவர் எத்தகைய உடல்மொழியையும் வாய்மொழியையும் வெளிப்படுத்துகிறார்? சமூக ஊடகங்களில் அவர் பிறருடன் எவ்வாறு உறவாடுகிறார்? அவர் எந்த இடங்களில் சறுக்குகிறார்? அவர் எவ்வாறு தன்னை

வெளிப்படுத்திக் கொள்கிறார்? உங்கள் முன்மாதிரியைக் கூர்ந்து கவனிப்பது அவர் எப்படி நடந்து கொள்கிறார் என்பதை வெளிக்காட்டுவதோடு கூடவே, நீங்கள் கற்றுக் கொள்ள விரும்புகின்ற திறனை எப்படி வளர்த்துக் கொள்வது என்பது பற்றிய சில துப்புகளையும் கொடுக்கக்கூடும். நடத்தைகளும் நடவடிக்கைகளும்தாம் அவர்களுடைய நோக்கத்திற்கான சிறந்த குறிகாட்டிகள் என்பதை நினைவில் கொள்ளுங்கள். அவை கவனிக்கப்படக்கூடியவையாக இருப்பதால், அவற்றை நம்மால் சிறப்பாகப் பயன்படுத்திக் கொள்ள முடியும்.

உள்ளார்ந்த நிலைகளும் செயல்முறைகளும்: உங்கள் முன்மாதிரி எதை மிகவும் உயர்வாக மதிக்கிறார்? எந்த வகையான உணர்ச்சிகள், இலட்சியங்கள், யோசனைகள், திட்டங்கள், கண்ணோட்டங்கள், மற்றும் நோக்கங்களை அவர் ஆதரிக்கிறார்? அவருடைய சிந்தனைச் செயல்முறையும் எதிர்வினைகளும் என்னவாக இருக்கும் என்று கணிக்க முயற்சி செய்யுங்கள்.

புற நடத்தைகளோடு ஒப்பிடுகையில் இவை நம் பார்வைக்குப் புலப்படாதவையாகவும் தொட்டுணரப்பட முடியாதவையாகவும் இருப்பதால், அவர்களுடைய மனப்போக்குகளைப் பற்றிய அபிப்பிராயங்களை நீங்கள் உருவாக்கிக் கொள்ள வேண்டியிருக்கலாம். ஆனால், அந்த அபிப்பிராயங்களை உறுதிப்படுத்துகின்ற சான்றுகளை நீங்கள் திரட்டியாக வேண்டும். உங்கள் முன்மாதிரியின் புற நடத்தையைப்போலவே, அவருடைய உள்ளார்ந்த பண்புநலன்களும், அவருடைய திறமையை நீங்கள் எவ்வாறு கைவசப்படுத்தலாம் என்பதற்கான துப்புகளைக் கொடுக்கக்கூடும்.

சுற்றுச்சூழல்: உங்கள் முன்மாதிரியின் சமூக வட்டத்தில் யாரெல்லாம் இருக்கிறார்கள்? எந்தச் சூழ்நிலைகளில் அவர் தழைக்கிறார், எவற்றில் அவர் தடுமாறுகிறார்? எந்த வகையான நிகழ்வுகள் அல்லது சூழல்கள் அவருக்குச் சாதகமாக இருக்கின்றன? அவர் எந்த இடத்தில் வசிக்கிறார்? உலக அளவில் எவை அவர்மீது தாக்கம் ஏற்படுத்துகின்றன? நீங்கள் கற்றுக் கொள்ள விரும்புகின்ற திறமை, அவர் அந்தச் சமூக

வட்டத்துடன் உறவாடுவதற்கு எவ்வாறு உதவுகிறது என்பதைத் தெரிந்து கொள்ள முயலுங்கள். அவர் அத்திறமையைக் கைவசப்படுத்துவதற்கு அவருடைய சுற்றுச்சூழல் எந்த அளவுக்கு உதவியுள்ளது என்று பாருங்கள்.

எடுத்துக்காட்டாக, ஏதோ ஒரு கலைத் துறையில் ஒரு குறிப்பிட்டப் படைப்பாளி உங்களைப் பெரிதும் கவர்ந்துள்ளதாக வைத்துக் கொள்வோம். அவரைப் பற்றிய எழுத்துபூர்வமான அல்லது பதிவு செய்யப்பட்டப் பேட்டிகளை உங்களால் கண்டுபிடிக்க முடியும். அவற்றிலிருந்து அவருடைய கருத்துகளையும் சிந்தனைச் செயல்முறைகளையும் உங்களால் தெரிந்து கொள்ள முடியும். அவர் அதிகமாகப் பேட்டி கொடுக்காதவராக இருந்தால், அதற்கான காரணம் என்னவாக இருக்கும் என்று உங்களிடம் கேளுங்கள். அவருடைய கலைப் படைப்புகளை ஆய்வு செய்து, அவருடைய ஆளுமையை அல்லது நம்பிக்கைகளைப் பற்றிய துப்புகள் அவற்றிலிருந்து கிடைக்கின்றனவா என்று பாருங்கள். உங்களை அவருடைய நிலையில் இருத்திப் பாருங்கள்.

பிறகு, அவர் தன்னுடைய சொந்த உலகிற்குள் எப்படிப் பொருந்துகிறார் என்று பாருங்கள். யாரெல்லாம் அவரை ஆதரிக்கிறார்கள்? அவர்கள் ஏன் அவரை ஆதரிக்கிறார்கள்? அவர் தன்னுடைய கலையின் மூலமும் தன்னுடைய செயல்களின் மூலமும் உலகைப் பற்றிய பிறருடைய பார்வையையும் தன்னுடைய பார்வையையும் எப்படி மாற்றியிருக்கிறார்? அவருடைய அடிப்படைக் கொள்கையாகப் பிறர் எதைப் பார்க்கின்றனர்? அவர் தன் பெயர் சொல்லும்படியாக எத்தகைய சீதனத்தை விட்டுச் செல்வார்?

மிக முக்கியமாக, நீங்கள் அவரிடமிருந்து கற்றுக் கொள்ள விரும்புகின்ற திறமை, வெளியுலகத்துடனான அவருடைய நடவடிக்கைகளில் எவ்வாறு தன்னை வெளிப்படுத்திக் கொள்கிறது? பெரும்பாலும், நீங்கள் விரும்புகின்ற அந்தத் திறமைதான் அவருடைய புகழுக்கான முதன்மைக் காரணமாக இருக்கும். அந்தத் திறமை அவருடைய ஆளுமையிலும் பொதுமக்கள்மீதும்

எத்தகைய தாக்கம் ஏற்படுத்துகிறது என்று பார்க்க முயலுங்கள். அந்தத் திறமை ஏராளமானோருக்கு ஏன் முக்கியமானதாக இருக்கிறது என்பது பற்றிய ஆழமான உள்நோக்கை அது உங்களுக்குக் கொடுக்கக்கூடும். மேலும், அத்திறமையை நீங்கள் எவ்வாறு கற்றுக் கொள்ள விரும்புகிறீர்கள் என்பது பற்றிய யோசனைகளையும் அது உங்களுக்குக் கொடுக்கும்.

ஒரு வழிகாட்டியைப் பெறுங்கள்

யார் உங்களுடைய வழிகாட்டியாக இருக்க வேண்டும் என்று நீங்கள் விரும்புகிறீர்களோ, அவரிடம் துணிச்சலாகச் சென்று, உங்கள் வழிகாட்டியாக இருக்கும்படி அவரிடம் கேட்பது ஒரு சிறந்த யோசனையாகும். வாழ்வில் தன் குறிக்கோளை அடைவதற்குத் தேவையான அனைத்தையும் செய்து, அப்பயணத்தில் போராட்டங்களையும் பின்னடைவுகளையும் எதிர்கொண்டு அவற்றிலிருந்து மீண்ட ஒருவரால், தன்னுடைய நேரடி அனுபவத்தின் மூலம் உங்களுக்கு அறிவுரை வழங்க முடியும்.

உங்களுடைய வழிகாட்டி, தன்னுடைய வெற்றியைத் தன் குடும்பத்திடமிருந்து சுவீகரித்தவராகவும், அதன் மூலம் சுலபமாக வாழ்க்கையில் உச்சத்தைத் தொட்டவராகவும் இருக்கக்கூடாது. அவர் அடிமட்ட நிலையிலிருந்து தொடங்கி, படிப்படியாக முன்னேறியவராக இருக்க வேண்டும். முயற்சி, சோதனைகள், தவறுகள் ஆகியவற்றின் ஊடாகத் தன்னுடைய திறமைகளைக் கைவசப்படுத்திய ஒருவர்தான் உங்களுக்குத் தேவை.

உங்கள் வழிகாட்டி இயல்பாகவே 'ஆசிர்வதிக்கப்பட்டவராகவும்' இருக்கக்கூடாது. அதிர்ஷ்டமோ அல்லது இயல்பான திறனோ அவருடைய அந்தஸ்திற்கான முக்கிய மூலாதாரமாக இருக்கக்கூடாது. ஏனெனில், அவை கற்றுக் கொடுக்கப்பட முடியாத விஷயங்கள். தன்னுடைய சொந்த முயற்சியாலும் சீரான உழைப்பாலும் சிகரம் தொட்ட ஒருவரைத் தேடிக் கண்டுபிடியுங்கள்.

இது ஏன் முக்கியம்? அவர்கள் தங்களுடைய திறமையை உங்களுக்கு உதவக்கூடிய ஒரு விதத்தில், அர்த்தமுள்ள ஒரு விதத்தில் சிறு பகுதிகளாகக் கூறுபோட்டுக் கொள்வதற்கான வல்லமையை இது அவர்களுக்குக் கொடுக்கிறது. வெற்றியை மற்றவர்களிடமிருந்து சுவீகரிக்காமல், அடிப்படையிலிருந்து தொடங்கி தாங்களாகவே கற்றுக் கொண்டு முன்னேறிய மக்கள், ஒவ்வொரு நிலையையும் எட்டத் தேவையான துல்லியமான நடவடிக்கைகளைப் புரிந்திருப்பர். தங்களுடைய சொந்த அனுபவத்திலிருந்து அவற்றை அவர்களால் சிறப்பாக விளக்க முடியும். மறுபுறம், பிறவியிலேயே திறமை வாய்ந்தவர்கள், உள்ளுணர்வுரீதியாகவும் ஒரு தானியங்கி முறையிலும் செயல்படுவர். அவர்களுடைய நடத்தையையும் நடவடிக்கைகளையும் தெளிவாக விளக்க முடியாது.

வேறு வார்த்தைகளில் சொல்வதென்றால், 7'2" உயரம் கொண்ட ஒரு தொழில்முறை கூடைப்பந்தாட்ட வீரரைவிட, 5'8" உயரம் கொண்ட ஒரு தொழில்முறை கூடைப்பந்தாட்ட வீரரை நான் அதிகமாக நம்புவேன். ஏனெனில், குறைவான உயரம் உடையவர், அனுகூலங்கள் எதுவும் இல்லாத ஒரு நிலையிலிருந்து கடுமையாக உழைத்து முன்னேறியிருந்திருப்பார். ஆனால், அதிக உயரம் உடையவர், கூடைப்பந்து விளையாட்டுக்கு மிகவும் மதிப்புவாய்ந்த ஒரு பண்புநலனான உயரத்தை ஏற்கனவே பெற்றுள்ளார்.

ஏற்கனவே பலருடைய வெற்றிக்குப் பங்களித்துள்ள ஒரு வழிகாட்டி அதிக மதிப்பு வாய்ந்தவராக இருப்பார். ஏனெனில், அவர் ஏற்கனவே ஒரு திட்டத்தை அல்லது உத்தியை வகுத்திருப்பார். அந்தத் திட்டம் அல்லது உத்தி மற்றவர்களுக்கு ஏற்கனவே பலனளித்திருக்கும். அதை நீங்கள் ஓரளவு நகலெடுக்கலாம். அதுதான் உங்களுக்கு முக்கியம்.

நல்ல வழிகாட்டிகளாலும் பயிற்றுவிப்பாளர்களாலும் உங்களுடைய செயல்பாடுகளில் உள்ள குறைகளை விரைவாகக் கண்டுபிடித்துவிட முடியும். அவை உங்களுடைய பழக்கங்களாக ஆவதற்கு முன்பு

அவர்களால் அவற்றுக்குத் தீர்வு காண முடியும். நீங்கள் ஒரு விஷயத்தை அளவுக்கதிகமாகச் செய்து கொண்டிருக்கிறீர்களோ, தேவையான அளவைவிடக் குறைவாகச் செய்து கொண்டிருக்கிறீர்களோ, அல்லது தவறாகச் செய்து கொண்டிருக்கிறீர்களா என்பதை உங்களைப் பார்த்த உடனேயே அவர்கள் தெரிந்து கொண்டுவிடுவர். விஷயங்களைத் தவறாகச் செய்வதைவிட அதிகத் தீங்கு விளைவிக்கக்கூடியது வேறெதுவும் இல்லை. அதனால்தான், ஒரு வழிகாட்டியை வைத்துக் கொள்வது முக்கியமானதாக இருக்கிறது. அவர் அத்தவறுகளை உடனடியாகச் சரி செய்துவிடுவார்.

தரமான வழிகாட்டிகள் உங்களுடைய திறமைகளின் வரம்பெல்லைகளை எப்போதும் சோதிக்க முயற்சிப்பர், உங்களை உங்களுடைய சௌகரிய வட்டத்திலிருந்து வெளியே தள்ளுவர், பல சவால்களை உங்கள் முன் வைப்பர். அவர்கள் உங்களை உந்தித் தள்ளுவதோடு, நீங்கள் ஒரு வெற்றியாளராக வெளிவரத் தேவையான உத்வேகத்தையும் உணர்ச்சிரீதியான ஊக்குவிப்பையும் உங்களுக்கு வழங்குவர்.

வெற்றியில் முடிந்துள்ள வழிகாட்டி-மாணாக்கர் உறவுக்கான ஏகப்பட்ட எடுத்துக்காட்டுகள் உள்ளன. ஃபேஸ்புக்கின் முதன்மைச் செயலதிகாரியான மார்க் சக்கர்பெர்க், காலஞ்சென்ற ஸ்டீவ் ஜாப்ஸின் கீழ் பயின்றார். ஆப்பிள் நிறுவனத்திற்குப் பலனளித்தத் தொழில் உத்திகளையும் நிர்வாக நடைமுறைகளையும் ஸ்டீவ் ஜாப்ஸ் அவரோடு பகிர்ந்து கொண்டார். மைக்ரோசாஃப்ட்டின் பில்கேட்ஸூம் வாரன் பஃபேயுடன் அதே வகையான உறவைக் கொண்டிருந்தார். தொழில் மற்றும் அறப்பணிகள் பற்றிய உள்நோக்குகளை அவர் வாரன் பஃபேயிடமிருந்து பெற்றார். விர்ஜின் குழுமத்தின் நிறுவனரான ரிச்சர்டு பிரான்சன் தன்னுடைய விமான நிறுவனத்தைத் துவக்குவதற்கு, பிரிட்டிஷ் ஏர்வேஸ் நிறுவனத்தின் நிறுவனரான சர் ஃபிரெட்டி லேக்கர் அவருக்கு உதவினார்.

இவை போன்ற எண்ணற்ற நிகழ்வுகளில், வழிகாட்டிகள், அடிமட்டத்திலிருந்து தொடங்கி

தங்களுடைய சொந்த வெற்றிகளை நிர்மாணித்தவர்களாக இருந்தனர். தங்களுக்குப் பலனளித்த மற்றும் பலனளிக்காத நடைமுறைகளைப் பற்றிய அறிவை அவர்கள் மற்றவர்களுடன் பகிர்ந்து கொண்டனர். அவர்கள் தாங்கள் வழிகாட்டிய நபர்களின் வெற்றியில் உண்மையிலேயே ஆர்வம் கொண்டு அவர்களுக்கு உத்வேகமும் ஊக்குவிப்பும் வழங்கினர்.

உங்களால் 'அதிகாரபூர்வமான' வழிகாட்டி எவரையும் கண்டுபிடிக்க முடியாவிட்டால், குறைந்தபட்சம், நீங்கள் அடிக்கடி அணுகக்கூடிய வாய்ப்புள்ள ஒரு சிலரைக் கண்டுபிடியுங்கள். உங்களுடைய பிரச்சனைகளைப் பற்றி உங்களால் அவர்களிடம் வெளிப்படையாகப் பேச முடிய வேண்டும். அவர்களை உங்களுடைய தனிப்பட்ட நிர்வாகக் குழு உறுப்பினர்களாகக் கருதிக் கொள்ளுங்கள்.

உங்களை முழுமையாக ஈடுபடுத்திக் கொள்ளுங்கள்

உங்களால் முடிந்தால், நீங்கள் மேற்கொள்ளக்கூடிய கடைசி நடவடிக்கை, நீங்கள் விரும்புகின்ற திறமைகளை வெளிப்படுத்துவதோடு கூடவே அவற்றால் உந்தித் தள்ளப்படுகின்ற சில நபர்களைக் கண்டுபிடித்து அவர்களுடன் தொடர்பு ஏற்படுத்திக் கொள்வதாகும். இது சொல்வதற்கு எளிதாக இருக்கலாம், ஆனால் செய்வதற்குக் கடினமானது. கூட்டுத் திறமைகளின் பலன்களைப் பற்றி 'த டேலன்ட் கோட்' என்ற நூலில் அதன் ஆசிரியர் டேனியல் காயில் எடுத்துரைக்கிறார்.

எடுத்துக்காட்டாக, இத்தாலியில் ஃபுளாரென்ஸ் நகரில், லியோனார்டோ டாவின்சி உட்பட எக்கச்சக்கமான கைவினைஞர்கள் இருந்ததாக டேனியல் குறிப்பிடுகிறார். " 'கைவினைஞர் சங்கங்கள்' என்று அழைக்கப்பட்ட, சக்திவாய்ந்த சமூகக் கண்டுபிடிப்பு ஒன்றின் எழுச்சிக்கான மையப் புள்ளியாக ஃபுளாரென்ஸ் திகழ்ந்தது. நெசவாளர்கள், ஓவியர்கள், பொற்கொல்லர்கள் போன்றோரின் சங்கங்கள் அவை. போட்டியை முறைப்படுத்துவதற்கும்

தரத்தைக் கட்டுப்படுத்துவதற்கும் அவர்கள் தங்களை ஒழுங்கமைத்துக் கொண்டனர். ஆனாலும், அவர்கள் உண்மையில் செய்தது, திறமைகளை வளர்த்ததுதான். அந்தச் சங்கங்கள், பயிற்றுவிப்பு அமைப்புமுறையின்மீது கட்டியெழுப்பப்பட்டன. அந்த அமைப்புமுறையில், சுமார் ஏழு வயதுடைய சிறுவர்கள், ஐந்திலிருந்து பத்து ஆண்டுகள்வரை ஒரு குறிப்பிட்டக் காலகட்டத்திற்குத் தங்கள் தொழில் ஆசான்களுடன் சேர்ந்து வாழ்ந்து பயிற்சி பெற அனுப்பி வைக்கப்பட்டனர்," என்று டேனியல் குறிப்பிடுகிறார்.

கைவினைஞர் சங்கங்கள் ஒரு பயனுள்ள கூட்டுறவை உருவாக்குகின்ற அனைத்து அம்சங்களையும் எடுத்துக் காட்டுகின்றன: தரத்தின் நிலைகள் குறித்த உடன்பாடு; அனைவரின் வெற்றியிலும் நேரடியான ஆர்வம்; பயிற்சியாளர்களிடம் திறன்களையும் நல்ல பழக்கங்களையும் வளர்த்தெடுப்பதிலும் அவர்களுக்கு வழிகாட்டுவதிலும் ஒருமித்தக் கவனம் செலுத்துதல். இச்சூழல் எத்தகைய திறமைகளை வெளிக் கொண்டுவரும் என்பதை நிச்சயமாக உங்களால் கற்பனை செய்ய முடியும்.

கால்பந்து விளையாட்டில் பற்பல ஆண்டுகளாக உலகில் தலைசிறந்து விளங்கி வருகின்ற நாடுகளில் ஒன்றான பிரேசிலில் உள்ள கால்பந்து வீரர்களைப் பற்றியும் டேனியல் பேசுகிறார். ஃபுளாரென்ஸின் கைவினைஞர் சங்கங்களில் நிகழ்வதைப்போலவே, இங்கு, கால்பந்து விளையாட்டுத் திறமைகளை வளர்த்தெடுப்பதன்மீது சிறப்புக் கவனம் செலுத்தப்படுகிறது.

"ஆழமான பயிற்சிக்கான ஓர் எடுத்துக்காட்டு 'ஃபுட்சல்' விளையாட்டு. இது இளம் பிரேசிலிய கால்பந்து வீரர்களிடையே மிகவும் பிரபலம். ஃபுட்சலுக்கும் வழக்கமான கால்பந்து விளையாட்டுக்கும் இடையேயான வேறுபாடு என்னவென்றால், ஃபுட்சல் விளையாட்டில் பயன்படுத்தப்படுகின்ற பந்தின் அளவு, கால்பந்து விளையாட்டின் பந்தின் அளவில் பாதி மட்டுமே இருக்கும். ஆனால், அது கால்பந்து விளையாட்டின் பந்தைவிட இரண்டு மடங்கு

கனமானது. ஃபுட்சல் விளையாட்டின் மைதானமும் மிகவும் சிறியது. இந்த அம்சங்கள், வழக்கமான கால்பந்து விளையாட்டை ஆழமாகப் பயிற்சி செய்வதற்கு ஏதுவானவையாக இருக்கின்றன. மைதானம் சிறியதாக இருப்பதால், விளையாட்டு வீரர்களுக்கு இடையே அதிக உறவாடல்கள் நிகழ்கின்றன, தாமதங்கள் குறைகின்றன, இதனால் மிக அதிக நேரம் பயிற்சி செய்ய முடிகிறது. அவர்களுடைய அசைவுகளும் உடல்ரீதியான இயக்கங்களும் துல்லியமடைகின்றன. இவர்கள் இறுதியில் ஒரு வழக்கமான கால்பந்து மைதானத்தில் ஒரு வழக்கமான கால்பந்தைக் கொண்டு விளையாடும்போது, அவர்களுடைய திறமை பளிச்சிடுகிறது, அவர்கள் அதற்காக மெச்சப்படுகின்றனர்."

இந்தக் குழுக்கள் அசாதாரணமானவை. ஏனெனில், அவை மிகவும் போட்டிகரமானவையாகவும் தீவிரமானவையாகவும் இருந்தாலும்கூட, பரஸ்பர மேம்பாடு என்ற ஒரு கூட்டு இலக்கு அங்கு இன்னும் இருக்கிறது. ஒரு குழுவாக இந்தத் திறமைகளைக் கற்றுக் கொள்வது, மற்றவர்கள் எவ்வாறு வெற்றி பெறுகிறார்கள் என்பதற்கான யோசனைகளும் எடுத்துக்காட்டுகளும் முளைவிடுவதை ஊக்குவிக்கிறது. திறமைகளைக் கற்றுக் கொள்பவர்களைப் பொறுத்தவரை, 'புற உலகில்' கிடைக்காத ஒரு மிகப் பெரிய அளவில், மதிப்பு வாய்ந்த ஏராளமான தகவல்கள் அவர்களுக்கு இங்குக் கிடைக்கின்றன. தீவிரமும், துல்லியமான கவனக்குவிப்பும், குழு மனப்போக்கும் நாளின் வேலை நேரம் நெடுகிலும் நீடிக்கின்றன. அத்தகைய சூழல்களில் ஒரு புதிய திறமையைக் கற்றுக் கொள்ளாமல் இருப்பது சாத்தியமே இல்லை. உண்மையில், அத்தகைய திறமையை ஒவ்வொரு நாளும் அனுபவபூர்வமாகக் கற்றுக் கொள்ளும்போது, அதில் ஒரு வல்லுநராக ஆகாமல் இருக்கவே முடியாது. அது உங்களுடைய புதிய இயல்பாக மாறிவிடும். அந்தக் காலகட்டத்திய மிக மோசமான ஃபுளாரென்டைன் கைவினைஞர்கூட, அல்லது மிக மோசமான பிரேசிலிய ஃபுட்சல் விளையாட்டு வீரர்கூட, எஞ்சிய உலகிற்கு, சராசரியைவிட மிக உயர்வானவர்களாக இருக்கின்றனர்.

முழுமையாக ஈடுபடுதலின் சக்தி அது.

இன்று அத்தகைய சங்கங்களில் சேர்வதற்கான வாய்ப்புகள் உங்களுக்கு இல்லாதிருக்கலாம். ஆனால், வலைத்தள நிரல்கள் எழுதுதல், ஓவியம் வரைதல், வலைப்பதிவுகளை எழுதுதல், வீடுமனைகளில் முதலீடு செய்தல், நடனமாடுதல், சமைத்தல் என்பன போன்ற, நீங்கள் கற்றுக் கொள்ள விரும்புகின்ற எந்தவொரு திறமைக்கும் தம்மை அர்ப்பணித்துக் கொண்டுள்ள சர்வதேசக் குழுக்களை *meetup.com* போன்ற வலைத்தளங்கள் கொண்டுள்ளன. இக்குழுக்கள் பெரும்பாலும் திறமைகளை வளர்த்தெடுப்பதற்குத் தேவையான அறிவின் மாபெரும் மூலாதாரங்களாகத் திகழ்கின்றன.

திறமையைக் கைவசப்படுத்துதல் என்பது ஒரு தனிப்பட்டத் தேடல், ஆனால் யாருமே இதில் தனியொருவராக ஒருபோதும் ஈடுபடுவதில்லை. உங்களைச் சூழ்ந்துள்ள, உங்களுக்கு உத்வேகமூட்டுகின்ற மக்களால், நீங்கள் சாதிக்க விரும்புகின்ற விஷயத்திற்கான அடித்தளத்தை நீங்கள் அமைத்துக் கொள்ள உங்களுக்கு உதவ முடியும். சரியான நபர்களிடம் வெளிப்படையாக நடந்து கொள்ளுங்கள். சரியான முன்மாதிரிகளையும் குழுக்களையும் அறிவார்ந்த முறையில் தேர்ந்தெடுங்கள். இது, எதிர்பாராத வாய்ப்புகள் கிடைப்பதற்கும், புதிய யோசனைகளை வளர்த்தெடுக்கவும் உங்களுக்கு உதவும். நீங்கள் அடைய விரும்புகின்ற இலக்கை நோக்கி இது உங்களை நகர்த்தும்.

இரத்தினச்சுருக்கமாக

- உங்களைச் சூழ்ந்துள்ள மக்களால் உங்களை உருவாக்கவும் முடியும் அல்லது அழிக்கவும் முடியும். அவர்களால் உங்களுடைய ஆதரவாளர்களாகவும் இருக்க முடியும், அல்லது உங்களை ஊக்கமிழக்கச் செய்யவும் முடியும். ஆனால், உங்கள் நலன்மீது அக்கறை கொண்டுள்ளவர்கள்போலத் தெரிகின்ற,

ஆனால் தங்களுடைய சொந்த பயங்களையும் பாதுகாப்பின்மை உணர்வுகளையும் உங்கள்மீது திணிப்பவர்கள்தாம் மிகவும் ஆபத்தானவர்கள். இத்தகைய மக்களுடனான உறவை முறித்துக் கொள்வது எப்போதும் சாத்தியப்படாமல் இருக்கலாம், ஆனால் குறைந்தபட்சம், அவர்களுடைய விமர்சனங்கள் எந்த நிலையிலிருந்து வருகின்றன என்பதை உணர்ந்து கொண்டு, அவற்றைக் கருத்தில் கொள்ள வேண்டுமா இல்லையா என்பதை ஆய்ந்தறியுங்கள்.

- உங்களுக்கு முன்மாதிரிகளாகத் திகழக்கூடிய மக்கள் உங்களைச் சுற்றி இருப்பார்கள் என்று நான் நம்புகிறேன். அவர்களுடைய எண்ணங்கள் உங்களுக்குத் தெரியாமல் இருக்கலாம் என்பதால், அவர்களுடைய நடத்தைகளையும் செயல்களையும் கூர்ந்து கவனியுங்கள். ஏனெனில், அவை அவர்களுடைய எண்ணங்களையும் நோக்கங்களையும் வெளிக்காட்டும்.
- அடுத்த நடவடிக்கை, ஒரு வழிகாட்டியைக் கண்டுபிடித்தல் — அதிகாரபூர்வமாகவோ அல்லது சாதாரணமாகவோ. நீங்கள் அந்த நபரிடம் உங்களுடைய யோசனைகளைப் பகிர்ந்து கொள்ளலாம், அவரிடமிருந்து பின்னூட்டக்கருத்துகளைப் பெறலாம். சரியான திசையில் அவர் உங்களை உந்தித் தள்ளுவார். ஒரு வழிகாட்டியாக இருக்கக்கூடியவர், அடித்தளத்திலிருந்து தொடங்கி தானாகவே கற்று முன்னேறியிருப்பார். ஏனெனில், உங்களுடைய நடவடிக்கைகளைக் கூறுபோட்டுப் பார்த்து, தன்னுடைய சொந்த அனுபவங்கள் மற்றும் போராட்டங்களின் அடிப்படையில் உங்களுக்குப் பின்னூட்டக்கருத்துகளை வழங்கக்கூடிய சிறப்பான நிலையில் அவர் இருப்பார்.
- சாத்தியப்பட்டால், உங்களை முழுமையாக ஈடுபடுத்திக் கொள்ளத்தக்க ஒரு சமூகத்தைக்

கண்டுபிடியுங்கள். இத்தாலிய மறுமலர்ச்சிக் காலகட்டத்திய கைவினைஞர் சங்கங்களும் பிரேசிலிய கால்பந்து விளையாட்டு வீரர்களும் அதற்கான சிறந்த எடுத்துக்காட்டுகள். ஓர் உயர்ந்த நிலையிலான திறமை உங்களுடைய இயல்பாக ஆக உதவக்கூடிய வகையான மக்கள் உங்களைச் சூழ்ந்திருக்கும்படி பார்த்துக் கொள்ளுங்கள்.

அத்தியாயம் 5

உங்கள் சுற்றுச்சூழல்

நம்மைச் சூழ்ந்திருப்பவையும் நாம் இருக்கின்ற சூழலும் நாம் செய்கின்ற எல்லாவற்றின்மீதும் தாக்கம் ஏற்படுத்துகின்றன. புதிய திறமைகளைக் கற்றுக் கொள்வதற்கும் இது பொருந்தும். ஆனால், நம்முடைய பணித்திட்டங்களை நிறைவேற்றுவதற்கு நமக்குத் தேவையான கருவிகள் மற்றும் வளங்களுக்கு நாம் கொடுக்கின்ற முக்கியத்துவத்தைவிடக் குறைவான முக்கியத்துவத்தையே நம்முடைய சுற்றுச்சூழலுக்கு நாம் கொடுக்கிறோம். பெரும் முயற்சி இல்லாமல் நம்முடைய சுற்றுச்சூழலை நம்மால் கட்டுப்படுத்த முடியாது என்று நாம் நினைப்பது அதற்கு ஒரு காரணமாக இருக்கலாம். ஆனால், அது உண்மையன்று.

கற்றலுக்கு உதவக்கூடிய ஒன்றாக உங்களுடைய சூழலை மாற்றியமைப்பது, உண்மையில், புதிய திறமைகளைக் கற்றுக் கொள்வதற்கான ஒரு திட்டத்தின் மிக அடிப்படையான அம்சங்களில் ஒன்று. நீங்கள் ஓவியம் வரையக் கற்றுக் கொள்வதாக வைத்துக் கொண்டால், ஒப்பீட்டளவில் ஒரு சிறிய இடத்தில்கூட, உங்களுக்குத்

தேவையான அனைத்து வண்ணச்சாயங்களும் உங்கள் கைக்கெட்டும் தூரத்தில் இருக்கும்படி வைத்துக் கொள்வதன் மூலம் உங்கள் சுற்றுச்சூழலை உங்களால் அதிகபட்சமாக்கிக் கொள்ள முடியும். நீங்கள் கணக்கியலைக் கற்றுக் கொண்டிருந்தால், அதற்குத் தேவையான கணக்குவழக்குப் பதிவேடுகளையும் பிறவற்றையும் உங்களுக்கு அருகில் இருக்கும்படி உங்களால் வைத்துக் கொள்ள முடியும். சுய கற்றல் எளிதானதாகவும் ஊக்குவிப்பதாகவும் இருக்கும் விதத்தில் உங்கள் சுற்றுச்சூழலை நீங்கள் ஒழுங்கமைத்துக் கொள்வதன் மூலம், எந்தவோர் இடத்தையும் ஆற்றல்மிக்க ஒரு பணியிடமாக உங்களால் ஒழுங்கமைத்துக் கொள்ள முடியும். அங்கு, புதிய திறமைகளைக் கற்றுக் கொள்வதிலும், அவற்றைக் கச்சிதப்படுத்துவதிலும் உங்களால் ஒருமித்தக் கவனம் செலுத்த முடியும்.

உங்களுக்கு ஆதரவளிக்கக்கூடிய மக்கள் உங்களைச் சூழ்ந்திருக்கும்படி பார்த்துக் கொள்வது எவ்வளவு முக்கியமோ, நீங்கள் கற்றுக் கொள்கின்ற இடம் உங்களுடைய புதிய திறமைக்கு ஆதரவாக இருக்கும்படி பார்த்துக் கொள்வதும் அதே அளவு முக்கியமாகும். அதற்கு உதவக்கூடிய சில நடைமுறைப் பழக்கங்களையும் தத்துவங்களையும் இந்த அத்தியாயத்தில் நாம் பார்க்கவிருக்கிறோம்.

சூழலைப் பொருத்தமானதாக அமைத்துக் கொள்ளுங்கள்

உங்களுடைய கற்றல் சூழல் எப்படி இருக்க வேண்டும் என்பதை நீங்கள் திட்டமிடும்போது, குறுக்குவழிகளைக் கையாளாமல் இருப்பது நல்லது. உங்கள் சுய ஒழுங்கை இங்கு உங்களால் முழுமையாகச் சார்ந்திருக்க முடியாது. சோம்பேறித்தனம், அக்கறையின்மை, விழிப்புணர்வின்மை, மெத்தனம் ஆகியவற்றுக்கு இங்கு நீங்கள் பலியாகக்கூடும். அந்த எதிர்மறைத் தடைகளை உங்களால் மீறிவிட முடியும் என்று நீங்கள் நினைக்கலாம், ஆனால் உங்களுடைய கற்றல் சூழலை அமைக்கும்போது, அந்த நம்பிக்கையை ஒதுக்கி வையுங்கள். மாறாக,

இந்தக் கட்டத்தில் உங்கள் வேலை என்னவென்றால், உங்களுடைய கற்றல் சூழல் நீங்கள் தொடர்ந்து முன்னோக்கி அடியெடுத்து வைக்க ஏதுவாக இருக்கும் விதமாக உங்களால் முடிந்த அளவு அதை உங்களுக்குச் சாதகமாக மாற்றியமைத்துக் கொள்வதுதான்.

உங்களுடைய கற்றல் சூழல் உங்கள் வீடாகவோ அல்லது உங்கள் அலுவலகமாகவோ இருக்கலாம். பின்வரும் உபாயங்கள் இவ்விரண்டுக்குமே பொருந்தும்.

நினைவூட்டிகளை வைத்துக் கொள்ளுங்கள்: ஒரு புதிய திறமையைக் கற்பதற்கு, முறையான வழமைகளை நிர்ணயித்துக் கொள்வது பெரிதும் பலனளிக்கும். அந்த வழமைகளை ஒழுங்காகக் கடைபிடிப்பதற்கு உங்களிடம் உள்ள தொழில்நுட்பச் சாதனங்கள் அனைத்தையும் பயன்படுத்திக் கொள்ளுங்கள். அவற்றில் நினைவூட்டிகளை நிர்ணயித்துக் கொள்ளுங்கள். அந்த நினைவூட்டிகள் நீங்கள் புழங்கக்கூடிய இடங்களில் இருக்கும்படி பார்த்துக் கொள்ளுங்கள். நீங்கள் ஒரு துணிச்சல்காரராக இருந்தால், உங்களைச் சுற்றி இருப்பவர்களிடம் அவர்கள் உங்களுடைய நினைவூட்டிகளாக இருக்கும்படி நீங்கள் கேட்கலாம். ஆராய்ச்சிகளுக்கும் பயிற்சிகளுக்கும் உங்களுடைய கால அட்டவணையில் குறிப்பிட்ட நேரத் தொகுதிகளை ஒதுக்கிக் கொள்ளுங்கள்.

உங்களுடைய கால அட்டவணையை உங்களுடைய பிற சாதனங்களோடு நீங்கள் இசைவுபடுத்திக் கொண்டால், அவற்றின் அலாரங்கள் மற்றும் மணியோசைகளிலிருந்து உங்களால் ஒருபோதும் தப்ப முடியாது. நீங்கள் வேலையைத் தொடங்குவதற்கான நேரத்தை அவை உங்களுக்கு நினைவூட்டும். இந்தக் கண்ணோட்டத்தில் பார்த்தால், அது ஒரு நல்ல விஷயம். 'போஸ்ட்-இட்' குறிப்புச் சீட்டுகளையும் உங்கள் கண்களில் படும்படியாகப் பல்வேறு இடங்களில் ஒட்டி வைத்து அவற்றை நினைவூட்டிகளாகப் பயன்படுத்திக் கொள்ளலாம். அவை நீங்கள் நினைப்பதைக் காட்டிலும் மிகவும் உதவிகரமாக இருக்கும்.

அத்தியாவசியப் பொருள்களை உங்கள் கைக்கெட்டும் தூரத்தில் வைத்துக் கொள்ளுங்கள்: உங்களுக்குத் தேவையான பொருள்களைக் கண்டுபிடிக்க முடியாமல் போவதுபோல உங்கள் முயற்சியைத் தடம்புரளச் செய்யக்கூடியது வேறு எதுவுமில்லை. நீங்கள் கற்றுக் கொள்ள விரும்புகின்ற திறமைக்குத் தேவையான அனைத்துப் பொருள்களும் உங்கள் பணியிடத்தில் உங்களுக்கு மிக அருகில் இருக்குமாறு வைத்துக் கொள்ளுங்கள். உங்களுக்குத் தேவையான புத்தகங்களை உங்கள் மேசைமீது ஒழுங்காக வைத்திடுங்கள். உங்களுடைய மற்றப் பொருள்களை, நீங்கள் உங்கள் நாற்காலியில் உட்கார்ந்தபடியே எடுக்கக்கூடிய விதத்தில் இழுப்பறைகளில் வைத்திடுங்கள். இது உங்களுக்கு வசதியாக இருப்பதோடு, நீங்கள் உங்கள் வேலையின்மீது கவனம் செலுத்துவதையும் எளிதாக்கும்.

கவனச்சிதறல் ஏற்படுத்தக்கூடியவற்றை வேறோர் அறையில் வைத்துவிடுங்கள்: உங்களுக்குத் தேவையானவை உங்கள் அருகில் இருக்கட்டும், உங்களுக்குக் கவனச்சிதறல் ஏற்படுத்தக்கூடிய எதுவொன்றும் உங்கள் பார்வையில் படாத இடத்தில் இருக்கட்டும். அதற்காக, மிகவும் குறைந்தபட்சப் பொருள்கள் மட்டுமே உங்கள் பணியிடத்தில் இருக்க வேண்டும் என்று நான் கூறவில்லை. உங்களுக்குச் செடிகள் பிடித்திருந்தால், உங்கள் பணியறையில் ஓரிரு செடிகளைத் தொட்டிகளில் வைத்துக் கொள்ளுங்கள். ஏதேனும் ஓவியம் உங்களுக்குப் பிடித்திருந்தால், அதை உங்கள் பணியறைச் சுவரில் தொங்கவிட்டுக் கொள்ளுங்கள். ஆனால், உங்களுடைய கவனத்தை உங்கள் வேலையிலிருந்து திசை திருப்பக்கூடிய, தொலைக்காட்சி போன்றவை உங்கள் அறையில் இருந்தால், அவற்றை வேறோர் அறைக்கு மாற்றிவிடுங்கள். நீங்கள் வேலை செய்யும் நேரத்தில் உங்கள் கவனத்தைத் திருடக்கூடிய எதுவொன்றையும் இடம் மாற்றிவிடுங்கள்.

உங்களுடைய கணினியின் வால்பேப்பரை ஒரு பெரிய ஊக்குவிப்பு நினைவூட்டியாக மாற்றிக் கொள்ளுங்கள்:

ஒரு மார்வெல் காமிக்ஸ் போஸ்டரோ அல்லது ஓர் அழகான பூந்தோட்டப் போஸ்டரோ பார்க்க அழகாகத்தான் இருக்கும். ஆனால், சிறிது காலத்திற்கு அவற்றை ஓரங்கட்டி வைத்துவிட்டு, நீங்கள் கற்றுக் கொண்டிருக்கின்ற திறமையை நீங்கள் சிறப்பாகக் கற்க உங்களை ஊக்குவிக்கின்ற ஏதோ ஒரு மேற்கோளையோ அல்லது புகைப்படத்தையோ உங்கள் வால்பேப்பராக ஆக்கிக் கொள்ளுங்கள். எடுத்துக்காட்டாக, நீங்கள் தச்சு வேலையைக் கற்றுக் கொண்டிருக்கிறீர்கள் என்றால், ஓர் அழகான மேசை அல்லது நாற்காலியின் புகைப்படத்தை, அல்லது பல்வேறு அறைகலன்களின் புகைப்படங்களின் ஒரு கதம்பத்தை உங்கள் வால்பேப்பராக வைத்துக் கொள்ளுங்கள். இவையெல்லாம் அற்பமானவைபோலத் தோன்றக்கூடும், ஆனால் சிறு சிறு விஷயங்கள் அனைத்தும் சேர்ந்து நீங்கள் உங்கள் வேலையில் ஒருமித்தக் கவனம் செலுத்துவதற்கு உங்களை நிச்சயமாக உந்தித் தள்ளும்.

உங்கள் மென்பொருள் ஐக்கான்களும் பிரவுசரும் நீங்கள் கற்றுக் கொள்கின்ற திறமைக்கு உதவும்படி அவற்றை ஒழுங்கமைத்துக் கொள்ளுங்கள்: ஒரு புதிய திறமையைக் கற்றுக் கொள்வதில் குறைந்தபட்சம் பாதி வேலையாவது கணினியையும் இணையதளத்தையும் உள்ளடக்கியிருப்பதற்கான வாய்ப்பு அதிகம் உள்ளது. எப்படி நீங்கள் உங்களுக்குத் தேவையான கருவிகளையும் பிற பொருள்களையும் உங்கள் கைக்கெட்டும் தூரத்தில் வைத்துக் கொண்டீர்களோ, உங்கள் சைபர்-பொருள்கள் விஷயத்திலும் அதேபோலச் செய்யுங்கள். நீங்கள் கற்றுக் கொள்கின்ற திறமைக்குப் பொருத்தமான வலைத்தள புக்மார்க்குகளை ஒரு கோப்பின்கீழ் போட்டு வைத்து, அந்தக் கோப்பு உங்கள் பிரவுசரின் புக்மார்க் பாரில் இருக்கும்படி அமைத்துக் கொள்ளுங்கள். நீங்கள் பயன்படுத்தக்கூடிய கணினி புரோகிராம்கள், அப்ளிகேஷன்கள், அல்லது டாக்குமென்ட்டுகள் விஷயத்திலும் இதைச் செய்யுங்கள். அவை எல்லாவற்றையும் ஒரு கோப்பின் கீழ் போட்டு வைத்து, உங்கள் கணினியின் டெஸ்க்டாப்பில் ஒரு

வித்தியாசமான ஐக்கானுடன் அந்தக் கோப்பை வையுங்கள்.

உங்கள் பணியிடத்தில் பொருத்தமான இசையை ஒலிக்கச் செய்யுங்கள்: உங்களுக்குக் கவனச்சிதறல் ஏற்படுத்தக்கூடிய சத்தமான இசையை நீங்கள் தவிர்க்க வேண்டிய அதே நேரத்தில், சில வகையான இசை உண்மையில் உங்கள் மூளையின் சில பகுதிகளை ஆசுவாசப்படுத்தி, கற்றலை எளிதாக்குவதாகச் சிலர் நம்புகின்றனர். இது 'மொசாட் விளைவு' என்று அழைக்கப்படுகிறது. நான் இந்தக் கோட்பாட்டை ஓரளவு ஒப்புக் கொள்கிறேன். ஏனெனில், நான் இந்த அத்தியாயத்தை எழுதிக் கொண்டிருக்கின்ற இந்நேரத்தில், ஒரு மென்மையான இசையைப் பின்னணியில் ஓடவிட்டுக் கொண்டுதான் எழுதுகிறேன். நான் வேலை செய்ய அது எனக்கு உதவுகிறது. அது உங்களுக்கும் உதவக்கூடும்.

இதுவரை நான் கூறியுள்ள அனைத்தையும் ஒரு திறமையைக் கற்றுக் கொள்வதில் உங்களால் செயல்படுத்த முடியும்.

எடுத்துக்காட்டாக, நீங்கள் கித்தார் வாசிக்க சுயமாகவே கற்றுக் கொள்வதாக வைத்துக் கொள்வோம். நீங்கள் அதற்கென்று பிரத்யேகமாக ஒரு சிறிய ஸ்டூடியோவை வைத்திருக்கிறீர்கள். அங்கு நீங்கள் உட்கார்வதற்கு ஒரு வசதியான ஸ்டூல் இருக்கிறது. கித்தாரின் 'பிக்'குகள் மற்றும் கம்பிகள் அடங்கிய ஒரு டப்பா உங்கள் பார்வையில் படும்படி அருகில் ஒரு சிறிய மேசைமீது இருக்கிறது. கித்தார் வாசித்தல் தொடர்பான ஒரு சில புத்தகங்களும் அந்த மேசைமீது இருக்கின்றன. அந்த மேசையில் ஒரு மடிக்கணினியும் ஸ்பீக்கரும்கூட இருக்கின்றன. உங்கள் கணினியின் வன்தட்டில், கித்தார் பயிற்சி தொடர்பான எக்கச்சக்கமான காணொளிகளை நீங்கள் தரவிரக்கம் செய்து வைத்திருக்கிறீர்கள். அவை ஒரு கோப்பின் கீழ் ஒழுங்கமைக்கப்பட்டு உங்கள் கணினியின் டெஸ்க்டாப்பில் இடம் பெற்றுள்ளன. கித்தார் பயிற்சி தொடர்பான வலைத்தளங்களுக்கான இணைப்புகள் உங்கள் பிரவுசரில் புக்மார்க் செய்யப்பட்டுள்ளன. இறுதியாக, நீங்கள் வேலை

செய்யும்போது ஒரு மென்மையான இசை பின்னணியில் ஒலித்துக் கொண்டிருக்கிறது.

கேட்டல் திறனோடு கூடவே, நீங்கள் பிற உணர்வுத் திறன்களையும் பயன்படுத்திக் கொள்ளலாம்.

பார்வை: உங்களை ஊக்குவிக்கக்கூடிய ஏதேனும் ஒரு புகைப்படத்தை அல்லது போஸ்டரை உங்கள் பணியறையின் சுவரில் ஒட்டி வையுங்கள். எடுத்துக்காட்டாக, நீங்கள் இத்தாலிய சமையல் செய்யக் கற்றுக் கொண்டிருக்கிறீர்கள் என்றால், பைசா கோபுரத்தின் படம் ஒன்றை ஒட்டி வையுங்கள். நீங்கள் மலையேற்றப் பயிற்சியில் ஈடுபட்டிருந்தால், எவரெஸ்ட் சிகரத்தின் படம் ஒன்றை ஒட்டி வையுங்கள். மறுபுறம், காட்சிரீதியான பொருள்கள் உங்கள் கவனத்தைச் சிதறடிக்கக்கூடும் என்று நீங்கள் நினைத்தால், நீங்கள் எதையும் ஒட்டி வைக்காமல் இருங்கள்.

வாசனை: ஒவ்வொருவருக்கும் ஒவ்வொரு வாசனை பிடிக்கும். சிலருக்கு, மிகவும் தூய்மையான அறை பிடிக்கும். சிலருக்கு, அளவுக்கதிகமாகத் தூய்மையாக உள்ள அறையின் வாசனை பிடிக்காது. அதை நீங்கள்தான் தீர்மானித்துக் கொள்ள வேண்டும். இன்னும் ஒரு படி மேலே போய், நீங்கள் கற்றுக் கொள்கின்ற திறனை உங்கள் சுற்றுச்சூழல் பிரதிபலிக்கின்ற விதத்தில் அதை நீங்கள் மாற்றியமைத்துக் கொள்ளலாம். எடுத்துக்காட்டாக, நீங்கள் பேக்கரி பண்டங்களைச் சமைக்கக் கற்றுக் கொண்டிருக்கிறீர்கள் என்றால், உங்கள் பணியறையில் ரொட்டியின் வாசனை வீசும்படி செய்யலாம். நீங்கள் பாய்மரப் படகு செலுத்தக் கற்றுக் கொண்டிருக்கிறீர்கள் என்றால், உங்கள் அறையில் கடலின் வாசனையை உருவாக்க முயற்சிக்கலாம்.

தொடுதல்: தொடுதலின் மூலம் குழந்தைகள் ஏராளமான விஷயங்களைக் கற்றுக் கொள்கின்றனர். மாடலிங் களிமண், பூவின் இதழ்கள், காகிதங்கள் என்பன போன்றவற்றைச் சொல்லலாம். நீங்கள் உங்கள் வேலையில் சில பொருள்களை அதிகமாகப் பயன்படுத்தாவிட்டால்கூட, அவை உங்கள் கைக்கெட்டும் தூரத்தில் இருக்கும்படி பார்த்துக் கொள்ளலாம்.

எடுத்துக்காட்டாக, உலோக வேலைப்பாடுகளுக்கான எஃகுத் தகடு, பின்னலுக்கான கம்பளிப் போர்வை ஆகியவற்றைச் சொல்லலாம்.

ஒரு திறமையைக் கற்றுக் கொள்வதற்கு உங்களுடைய தனிப்பட்டப் பணியிடத்தை உங்களுக்கு ஏற்றவாறு வசதியாக மாற்றியமைத்துக் கொள்ளுங்கள். சில சிறிய மாற்றங்கள் ஒரு பெரும் வித்தியாசத்தை ஏற்படுத்தக்கூடும். உங்கள் வேலையை எளிதாக்கக்கூடிய, சுவாரசியமாக்கக்கூடிய மாற்றங்களைச் செய்து கொள்ளுங்கள்.

இரத்தினச்சுருக்கமாக

- *உங்கள் சுற்றுச்சூழலின் சக்திக்கான ஒரு கூடுதல் நினைவூட்டியாக இந்த அத்தியாயம் அமையட்டும். உங்களுடைய சுற்றுச்சூழலால் உங்களைச் சீரழிக்கவும் முடியும் அல்லது வெற்றியை நோக்கி உங்களை உந்தித் தள்ளவும் முடியும். உங்களுடைய மன உறுதியை அதிகமாகச் சார்ந்திருக்காதீர்கள். மாறாக, உங்களுடைய சுற்றுச்சூழல் உங்களுக்கு உதவக்கூடிய விதத்தில் அதை மாற்றியமைத்துக் கொள்ளுங்கள்.*
- *நீங்கள் பயிற்சி செய்வதற்கு அல்லது செயல்படுத்துவதற்கு என்ன தேவை என்பதற்கான ஒரு பெரும் நினைவூட்டியாக உங்கள் சுற்றுச்சூழலால் செயல்பட முடியும். இதற்கு நீங்கள் டிஜிட்டல் வழிமுறைகளையும் வழக்கமான வழிமுறைகளையும் பயன்படுத்திக் கொள்ளலாம். வழக்கமான நினைவூட்டிகள் உங்களுக்குப் பரிச்சயமானவையாக இருக்கலாம், ஆனால் டிஜிட்டல் நினைவூட்டிகள் உங்களுக்கு அவ்வளவாகப் பரிச்சயமில்லாதவையாக இருக்கலாம். உங்களுடைய பிரவுசர், டெஸ்க்டாப், வால்பேப்பர், காலண்டர் போன்றவற்றை, நீங்கள் கற்றுக் கொண்டிருக்கின்ற திறமைக்கு உதவக்கூடியவையாக ஒழுங்கமைத்துக் கொள்வது அவற்றில் ஒன்று.*

- உங்களுக்குத் தேவையான பொருள்கள் உங்கள் கைக்கெட்டும் தூரத்தில் இருக்க வேண்டும், உங்களுக்குக் கவனச்சிதறல் ஏற்படுத்தக்கூடியவை உங்கள் பார்வையில்கூடப் படாமல் வேறோர் இடத்தில் இருக்க வேண்டும். இந்த எளிய விதிமுறையைக் கடைபிடியுங்கள். இது உங்கள் கற்றலை எளிதாக்கும்.
- நீங்கள் உங்களுடைய சுற்றுச்சூழலை உங்களுடைய ஐம்புலன்களின் ஊடாக உணர்கிறீர்கள். பார்த்தல் பற்றி நாம் பார்த்தோம்; இசையும் ஒலியும்கூட முக்கியமானவை, ஆனால் ஒவ்வொருவருக்கும் வெவ்வேறு இசையும் ஒலியளவும் பிடிக்கும்.

அத்தியாயம் 6

பயிற்சி செய்தலும் மேம்படுதலும்

இப்போது, நீங்கள் ஒரு திறமையைக் கைவசப்படுத்துவதில் முழுமூச்சாக இறங்கத் தயாராக இருக்கும் கட்டத்திற்கு வந்துவிட்டீர்கள். உங்களுடைய தற்போதைய நிலையிலிருந்து நீங்கள் போதிய அளவு முன்னேறியிருக்கிறீர்களா, அல்லது குறிப்பிட்டச் சில பகுதிகளில் நீங்கள் இன்னும் மேம்பட வேண்டியிருக்கிறதா என்பதை நீங்கள் தெரிந்து கொண்டாக வேண்டும்.

திட்டமிடப்பட்டப் பயிற்சியை மேற்கொள்வதற்கும், உடனடியான பின்னூட்டக்கருத்துகளைப் பெறுவதற்கும் ஒரு கட்டமைப்பை நீங்கள் உருவாக்கியாக வேண்டிய கட்டம் இதுதான். அதோடு, உங்களுக்குக் கிடைக்கின்ற பின்னூட்டக்கருத்துகளை, நீங்கள் கைவசப்படுத்த விரும்புகின்ற திறமையில் நிபுணத்துவம் பெறுவதற்கு பிரக்ஞையுடன்கூடிய ஒரு வழியில் நீங்கள் எவ்வாறு பயன்படுத்தப் போகிறீர்கள் என்பது பற்றியும் ஒரு தெளிவான யோசனை உங்களுக்கு இருந்தாக வேண்டும். இந்த அத்தியாயத்தில், ஒரு சீரான பயிற்சி முறையை எவ்வாறு தொடங்குவது என்பதையும், அர்த்தமுள்ள பின்னூட்டக்கருத்துகளை எவ்வாறு பெறுவது

என்பதையும், உங்களுடைய மேம்பாட்டை எவ்வாறு ஆய்வு செய்து உங்களுடைய சொந்தத் தீர்வுகளைக் கண்டறிவது என்பதையும் நாம் பார்க்கவிருக்கிறோம்.

திட்டமிடப்பட்டப் பயிற்சி

நீங்கள் கைவசப்படுத்த விரும்புகின்ற திறமையில் உண்மையிலேயே சிறப்புறுவதற்கு நீங்கள் எடுத்து வைக்க வேண்டிய முதல் அடி இதுதான்.

திட்டமிடப்பட்டப் பயிற்சி ஒரு குறிக்கோளுடன்கூடியது, முறையானது. வழக்கமான பயிற்சியில், ஒரு தானியங்கி முறையில் சில விஷயங்களையும் சில வழக்கங்களையும் நீங்கள் மீண்டும் மீண்டும் செய்து கொண்டே இருப்பீர்கள். ஆனால், திட்டமிடப்பட்டப் பயிற்சியில், வெறுமனே விஷயங்களை ஒரு தானியங்கி முறையில் செய்து கொண்டிருப்பதற்குப் பதிலாக, உங்களுடைய செயல்திறனை மேம்படுத்துதல் என்ற ஒரு திட்டவட்டமான இலக்குடனும் ஒருமித்தக் கவனத்துடனும் நீங்கள் செயல்படுவீர்கள். ஏனெனில், மீண்டும் மீண்டும் மேற்கொள்ளப்படுகின்ற நடத்தைகளைத் தன்னிச்சையான பழக்கங்களாக மாற்றுவதுதான் மனித முளையின் இயல்பான போக்கு.

எடுத்துக்காட்டாக, நீங்கள் முதன்முதலாக உங்கள் ஷூக்களின் கயிறுகளைக் கட்டக் கற்றுக் கொண்டபோது, அச்செயல்முறையின் ஒவ்வோர் அடியையும் நீங்கள் மிகவும் கவனமாகச் சிந்திக்க வேண்டியிருந்தது. ஒரு செயலை நாம் மீண்டும் மீண்டும் செய்து கொண்டே இருக்கும்போது, அது நம்முடைய இயல்பாக ஆகிவிடுகிறது. பிறகு, நாம் சிறிதுகூட யோசிக்காமல் அனாயாசமாக அதைச் செய்கிறோம்.

திட்டமிடப்பட்டப் பயிற்சி நமக்குப் பலனளிக்கும்படி செய்வதற்கு, முதலில் உங்கள் திறமையை நீங்கள் சிறு சிறு அம்சங்களாகக் கூறுபோட்டுக் கொள்ள வேண்டும். இது நமக்கு ஏற்கனவே பரிச்சயமானதுதான். அடுத்தப் பகுதிதான் வித்தியாசமானது: நீங்கள் ஒரு காரியத்தை ஒரு சில முறை மீண்டும் மீண்டும் செய்து, எங்கே நீங்கள்

தவறிழைக்கிறீர்கள் என்பதைக் கண்டுபிடித்து, பிறகு அதை நீங்கள் திருத்திக் கொள்கிறீர்கள்.

திட்டமிடப்பட்டப் பயிற்சியை நடைமுறைப்படுத்துவது கடினமானதன்று; அது சற்று விலாவாரியானது, அவ்வளவுதான். இலக்கமியல் கணிதத்தில் தான் நிபுணத்துவம் பெற்ற விதத்தை, கணினி அறிவியல் பேராசிரியரான கால் நியூபோர்ட் விவரித்துள்ளார். கணிதப் படிப்பின் இந்தப் பிரிவு, மிகச் சுருக்கமாகச் சொல்லப்பட வேண்டுமென்றால், கோட்பாடுகளுக்கான நிரூபணங்களைக் கண்டுபிடிப்பதை உள்ளடக்கியது.

நியூபோர்ட் ஒரு மாணவராக இருந்தபோது, கற்றைக் கற்றையாக வெள்ளைத் தாள்களை வாங்கி, தன்னுடைய வகுப்பறைக்கு வெளியே தானே அந்த நிரூபணங்களைக் கண்டுபிடிப்பதில் இறங்கினார். தனக்குப் புரியாத ஒரு கருத்தை அவர் எதிர்கொண்டபோது, பாடப்புத்தகங்களிலும் இணையத்திலும் அது குறித்து அவர் தேடினார். பொதுவாக, சிறிதளவு ஆராய்ச்சிக்குப் பிறகு அவருக்கு அப்பிரச்சனை புரிந்துவிடும். அவருக்குத் தெளிவு கிடைக்காதபோது, அவர் தன்னுடைய பேராசிரியருடன் ஆலோசித்து அவருடைய பின்னூட்டக்கருத்துகளைக் கேட்டறிந்தார்.

அந்த செமஸ்டரின் முடிவில், நியூபோர்ட் எக்கச்சக்கமான நிரூபணங்களைத் தன் கைப்பட எழுதிக் குவித்திருந்தார். அவர் அவற்றைத் தீவிரமாக மதிப்பாய்வு செய்தார். அவர் தன்னுடைய நிரூபணங்களை இரண்டு பிரிவுகளாக வகைப்படுத்தினார்: சிறிதளவு முயற்சியிலேயே தன்னால் நினைவுகூர முடிந்த நிரூபணங்கள்; அதிக ஆழமாக யோசித்து நினைவுகூர முடிந்த நிரூபணங்கள். பிரச்சனைகரமான நிரூபணங்களை, அவை தனக்கு முழுமையாகப் புரியும்வரை அவர் மீண்டும் மீண்டும் ஆய்வு செய்து கொண்டே இருந்தார். அவருடைய இறுதித் தேர்வில், அவருடைய வகுப்பிலேயே அவர்தான் மிக அதிக மதிப்பெண்களைப் பெற்று முதல் மாணவனாகத் தேர்ச்சி பெற்றிருந்தார். அது மட்டுமல்லாமல், அந்த

ஒட்டுமொத்த செமஸ்டரிலும் அந்தக் கணிதப் பாடத்தில் அவர்தான் மிக உயர்ந்த மதிப்பெண்களைப் பெற்றுத் தேர்ச்சி பெற்றிருந்தார்.

திட்டமிடப்பட்டப் பயிற்சியானது நடைமுறையில் இப்படி அமைந்திருக்கும்: உங்களுக்கு என்ன தேவையோ அதை நிர்ணயித்துக் கொள்வது; பிரச்சனையை அடையாளம் காண்பது; மீண்டும் மீண்டும் அதை ஆய்வு செய்வது; உங்களைச் சோதித்துக் கொள்வது; உங்களுக்குப் பிரச்சனைகரமாக இருக்கின்ற விஷயங்கள் குறித்தப் பின்னூட்டக்கருத்துகளைக் கேட்டுப் பெறுவது; உங்களுக்குச் சரியான புரிதல் கிடைக்கும்வரை அதில் உன்னிப்பாகக் கவனம் செலுத்துவது. மேம்பட்டச் செயல்திறன்தான் உங்களுடைய ஒட்டுமொத்த இலக்கு என்பதை நீங்கள் உணரும்போது, நிபுணத்துவம் பெறுவதற்கு எவ்வாறு பயிற்சி செய்ய வேண்டும் என்பது உங்களுக்குத் தெளிவாகிவிடும். உங்களுடைய பலவீனமான அம்சங்கள் எவ்வளவு வலிமையானவையாக இருக்கின்றனவோ, அந்த அளவுதான் நீங்கள் வலிமையானவராக இருப்பீர்கள். எனவே, முதலில் நீங்கள் அவற்றின்மீது கவனம் செலுத்த வேண்டும்.

பியானோவில் ஒரு புதிய இசைக் குறிப்பை வாசிப்பதை ஓர் எடுத்துக்காட்டாக எடுத்துக் கொள்ளலாம். அந்த இசைக் குறிப்பின் நடுப் பகுதியில் உங்கள் கைகள் இசைவாகச் செயல்படவில்லை என்று வைத்துக் கொள்வோம். வழக்கமான பயிற்சி, நீங்கள் அந்த ஒட்டுமொத்த இசைக் குறிப்பையும் மீண்டும் மீண்டும் வாசித்துப் பழக வேண்டும் என்று கூறும். இடையில் சில இடங்களில் உங்களுக்குப் பிரச்சனை இருந்தாலும் அது மொத்த இசையையும் வாசிக்கும்படி கூறும். ஆனால், இது உங்கள் நேரத்தைச் சிறப்பான முறையில் பயன்படுத்துவதாகாது. மறுபுறம், திட்டமிடப்பட்டப் பயிற்சி, நீங்கள் மற்ற எல்லாவற்றையும் அப்படியே போட்டுவிட்டு, நீங்கள் பலவீனமாக உள்ள அந்த நடுப் பகுதி இசையை வாசிப்பதில் நீங்கள் ஒரு குறிப்பிட்ட நிலையை எட்டும்வரை அதை நீங்கள் மீண்டும் மீண்டும்

வாசித்துப் பழக வேண்டும் என்று கூறும். அந்த இசைக் குறிப்பின் ஒவ்வோர் அம்சத்திலும் நீங்கள் சிறப்புக் கவனம் செலுத்திப் பயிற்சி செய்தால் மட்டுமே உங்களுடைய ஒட்டுமொத்தச் செயல்திறன் மேம்பட்டதாக இருக்கும்.

இந்தத் தீவிரமான உத்தியைப் பயன்படுத்தி கிட்டத்தட்ட எந்தவொரு திறமையிலும் உங்களால் நிபுணத்துவம் பெற்றுவிட முடியும்.

இந்த வகையான பயிற்சியில் சில ஆபத்துகள் இருக்கின்றன. திட்டமிடப்பட்டப் பயிற்சியின் எதிரி, எந்த நோக்கமும் இல்லாமல் எதையோ செய்து கொண்டிருப்பது. ஒரே விஷயத்தை வெறுமனே மீண்டும் மீண்டும் செய்து கொண்டிருப்பதிலுள்ள ஆபத்து என்னவென்றால், நமக்கு அனுபவமும் கூடுதல் வெளிப்பாடும் கிடைப்பதாலேயே நாம் முன்னேறிக் கொண்டிருக்கிறோம் என்று நாம் அனுமானிப்போம். ஆனால், உண்மையில் நாம் செய்து கொண்டிருப்பதெல்லாம், நம்முடைய தற்போதைய 'மோசமான' பழக்கங்களை நாம் பலப்படுத்திக் கொண்டிருக்கிறோம், அவ்வளவுதான். நாம் அவற்றை மேம்படுத்தவோ அல்லது மாற்றவோ இல்லை. மேம்பாடு என்பது வேறு; மீண்டும் மீண்டும் ஒன்றைச் செய்வது என்பது வேறு. ஒன்றை மீண்டும் மீண்டும் செய்வதிலிருந்து மேம்பாடு வருகிறது, ஆனால் ஒரு திறமையைக் கைவசப்படுத்துகின்ற விஷயத்தில் வெறுமனே ஒன்றை மீண்டும் மீண்டும் செய்வது மதிப்பற்றது. பலனளிக்கக்கூடிய பயிற்சி பின்வரும் அம்சங்களை உள்ளடக்கியிருக்கும்:

மெதுவாகக் கற்றுக் கொள்ளுங்கள்: மெதுவாகத் தொடங்குங்கள், மெதுவாகக் கற்றுக் கொள்ளுங்கள், உங்களுடைய பொறுமையின்மைக்கு அடிபணிந்துவிடாதீர்கள். நீங்கள் மெதுவாகக் கற்றுக் கொள்ளும்போது, உங்கள் தசை நினைவை நீங்கள் உருவாக்கத் தொடங்குகிறீர்கள். இது, வேகமாகக் கற்றுக் கொள்வதற்கு நேரெதிரானது. நீங்கள் வேகமாகக் கற்றுக் கொள்ளும்போது, நீங்கள் கற்றுக் கொண்டிருக்கின்ற திறமையின் முக்கியமான பகுதிகளை நீங்கள்

தவறவிடக்கூடும். நீங்கள் மெதுவாகக் கற்காவிட்டால், பின்னர் உங்களால் உங்கள் கற்றல் வேகத்தைக் குறைக்க முடியாமல் போவதை நீங்கள் காண்பீர்கள். ஏனெனில், இடைப்பட்ட நிலைகளில் நீங்கள் போதிய அளவு கற்றுக் கொண்டிருக்க மாட்டீர்கள். முதலிலேயே வேகமாகத் தொடங்குவதற்குப் பதிலாக, பின்னர் உங்கள் வேகத்தை அதிகரித்துக் கொள்ளலாம். எதற்காக அவசரப்பட வேண்டும்?

பயிற்சி வேளைகள்: ஒரு குறிப்பிட்ட அளவு நேரம் பயிற்சி செய்வதுதான் நல்லது என்று கூறப்படுகிறது. உச்சபட்சமாக, ஒரு நேரத்தில் தொடர்ந்து 90 நிமிடங்கள் பயிற்சி செய்வதுதான் உங்களுக்கு நன்மை பயக்கும் என்று ஆய்வுகள் தெரிவிக்கின்றன என்றாலும், இந்த அளவு, நபருக்கு நபர் வேறுபடும். நீங்கள் முற்றிலுமாகக் களைத்துப் போய்விடாதபடி போதிய நேரம் பயிற்சி செய்யுங்கள். உங்களுக்கு எவ்வளவு நேரம் சலிப்பு ஏற்படாமல் இருக்கிறதோ, அவ்வளவு நேரம் பயிற்சி செய்யுங்கள். உங்களால் எவ்வளவு நேரம் கவனச்சிதறல் இல்லாமலும் களைப்பாக உணராமலும் பயிற்சி செய்ய முடியுமோ, அவ்வளவு நேரம் பயிற்சி செய்யுங்கள்.

தசை நினைவு, தான் பார்ப்பதைத்தான் பார்க்கிறது: தசை நினைவானது, எது நல்ல பயிற்சி, எது மோசமான பயிற்சி என்று பிரித்துப் பார்ப்பதில்லை. அதன் விளைவாக, நல்ல பழக்கங்களுக்கும் மோசமான பழக்கங்களுக்கும் இடையேயும் அது பாகுபாடு காட்டுவதில்லை. தசை நினைவு எதைப் பார்க்கிறதோ, அதைத்தான் அது பார்க்கிறது. அதனால்தான், தவறுகளைக் கண்டுபிடிப்பது கடினமாக இருக்கிறது. கச்சிதமான பயிற்சி கச்சிதமான திறமைகளை வளர்த்தெடுக்கிறது. எனவே, மெதுவாகக் கற்றுக் கொள்ளுங்கள், சிறப்பாகப் பயிற்சி செய்யுங்கள், நீங்கள் சலிப்படைவதற்கு முன்பே பயிற்சியை நிறுத்திக் கொள்ளுங்கள்.

பொறுமை: இதை எத்தனை முறை உங்களுக்கு நினைவுபடுத்தினாலும் அது தகும். ஆனால், ஒரு திறமையைக் கைவசப்படுத்துவது என்பது வெறுமனே ஒரு டென்னிஸ் மட்டையைச் சுழற்றுவதையோ

அல்லது உங்கள் விரல்கள் ஏன் ஒரு குறிப்பிட்ட விதத்தில் இயங்க வேண்டும் என்பதைப் புரிந்து கொள்வதையோவிட அதிகமானது. இது தசை நினைவை வளர்த்தெடுக்கின்ற செயல்முறையாகும். எளிய திறமைகளைக் கைவசப்படுத்துவதற்கு அவற்றை 1,000 முறைவரை மீண்டும் மீண்டும் பயிற்சி செய்ய வேண்டும் என்றும், அதிகச் சிக்கலான திறமைகளைக் கைவசப்படுத்துவதற்கு அவற்றை அதிகபட்சமாக 30,000 முறைவரை பயிற்சி செய்ய வேண்டும் என்றும் சில ஆய்வுகள் சுட்டிக்காட்டுகின்றன. நீங்கள் ஒரு கடினமான பியானோ இசைக் குறிப்பைத் தினமும் ஒரு மணிநேரம் பயிற்சி செய்வதாக வைத்துக் கொள்வோம். அந்த ஒரு மணிநேரத்தில் அந்த இசைக் குறிப்பை அதிகபட்சமாக 20 முறை உங்களால் பயிற்சி செய்ய முடியும். எனவே, முடிந்த அளவு பொறுமையாகச் செயல்படுங்கள், உங்கள் எதிர்பார்ப்புகள் யதார்த்தமானவையாக இருக்கும்படி பார்த்துக் கொள்ளுங்கள்.

பின்னூட்டக்கருத்துகளைப் பெறுதல்

பயிற்சி செய்வதில் நீங்கள் மேற்கொள்ள வேண்டிய இரண்டாவது நடவடிக்கை, பின்னூட்டக்கருத்துகளை உங்களிடம் நீங்களே கேட்பதை உறுதி செய்வது. இதற்கு நாம் ஒரு கடினமான காரியத்தைச் செய்தாக வேண்டும்: நம்மீது நாம் உன்னிப்பாகக் கவனம் செலுத்த வேண்டும்.

சுய விழிப்புணர்வு என்பது ஒரு சிக்கலான விஷயம். நம்மை நாமே சுயமாக ஆய்வு செய்வது நம்முடைய முன்னேற்றத்திற்கு ஒரு தடையாக இருக்கும் என்றும், அது பலவீனத்தின் ஓர் அடையாளம் என்றும் வெற்றியாளர்கள் பலர் கருதுவதாக நாம் நினைக்கிறோம். ஸ்டீவ் ஜாப்ஸ் இதற்கான ஒரு கச்சிதமான எடுத்துக்காட்டாவார். அவர் ஒரு மேதை. அவர் தன்னைத் தானே சந்தேகித்திருந்தால், அவருடைய செயல்திறன் நிச்சயமாக பாதிக்கப்பட்டிருக்கும்.

ஆனால், நாம் அனைவரும் ஸ்டீவ் ஜாப்ஸ் அல்லர். நாம் சிறப்பாகச் செயல்பட விரும்பினால், நம்முடைய

சொந்த நடவடிக்கைகளைக் கண்காணிக்கவும், அவற்றைக் குறித்து வைத்துக் கொள்ளவும் வேண்டும். நாம் ஓர் இலக்கை அடைவதை நோக்கிப் பயணப்பட்டுக் கொண்டிருந்தால், இது குறிப்பாக முக்கியமானதாக இருக்கும். நீங்கள் உங்கள் முன்னேற்றத்தைக் கண்காணிக்காவிட்டால், நீங்கள் உங்கள் இலக்கை அடைந்துவிட்டீர்களா என்பதைக்கூட உங்களால் உறுதியாகச் சொல்ல முடியாது.

நம்முடைய நடவடிக்கைகளைக் கண்காணிப்பதும், நம்முடைய எண்ணங்களைக் கண்காணிப்பதும் ஒன்றல்ல. திறமையைக் கைவசப்படுத்துவதில், நம்முடைய எண்ணங்களும் உள்நோக்கங்களும் முக்கியமானவை அல்ல. செயல்நடவடிக்கைகள்தாம் வார்த்தைகளைவிட அதிக முக்கியமானவை.

அபிப்பிராயங்கள், கண்ணோட்டங்கள், நோக்கங்கள் ஆகியவற்றைப் பொருட்படுத்தாமல் நடவடிக்கைகளைக் கண்காணிப்பதன் மூலம், நம்முடைய முன்னேற்றம் குறித்தப் பின்னூட்டக்கருத்துகளை நம்மால் கண்டறிய முடியும். நம்முடைய நடவடிக்கைகளைக் கண்காணிப்பது உண்மையான மாற்றத்தை உருவாக்க உதவுகிறது என்று அறிவியல் கூறுகிறது. நாம் நம்முடைய நடவடிக்கைகளைக் கண்காணிப்பதாலும், நமக்குக் கிடைக்கின்ற விளைவுகளை அளவிடுவதாலும், அவற்றை அறிவிப்பதாலும் நாம் மாறத் தொடங்குகிறோம்.

நாம் அதிகரிக்க விரும்புகின்ற நடவடிக்கைகள், நாம் குறைத்துக் கொள்ள விரும்புகின்ற நடவடிக்கைகள் ஆகிய இரண்டுக்குமே சுய கண்காணிப்பு வேலை செய்கிறது. நம்மை நாம் கண்காணித்துக் கொண்டிருக்கிறோம் என்பதை நாம் அறிந்திருப்பதால், நாம் அதை அதிகமாகவோ அல்லது குறைவாகவோ செய்கிறோம். நம்முடைய நடத்தைகளின் போக்கை வேறு எந்த வழியிலும் நம்மால் அறிந்து கொள்ள முடியாது.

சுய நேர்மை இல்லாமல் சுய கண்காணிப்பால் எந்தப் பயனும் இல்லை. நீங்கள் உங்களிடம் கடினமான கேள்விகளைக் கேட்பதும், அவற்றுக்கு உண்மையான பதில்களைக் கொடுப்பதும் மிகவும் அவசியம். நீங்கள்

உங்கள் நடத்தையை நியாயப்படுத்த உந்தப்படக்கூடும், ஆனால் உங்களுடைய எண்ணங்களையும் அபிப்பிராயங்களையும் நோக்கங்களையும் அடக்கி வைக்க முயற்சி செய்யுங்கள். வெறுமனே உங்கள் நடவடிக்கைகள்மீது மட்டும் கவனத்தைக் குவியுங்கள்.

எடுத்துக்காட்டாக, பள்ளியில், உங்களுக்குப் பிடிக்காத அல்லது கடினமானது என்று நீங்கள் கருதுகின்ற ஒரு பாடத்தை நீங்கள் எடுத்துப் படிப்பதாக வைத்துக் கொள்வோம்.

முந்தைய அத்தியாயங்களில் நாம் பார்த்த உத்திகளையெல்லாம் பின்பற்றுவதிலிருந்து நீங்கள் தொடங்கலாம். உங்கள் அறையில் உங்களுக்குக் கவனச்சிதறல் ஏற்படுத்துகின்ற பொருள்களை அங்கிருந்து வேறோர் இடத்திற்கு மாற்றுங்கள். உங்கள் அலைபேசியை அணைத்துவிடுங்கள். நீங்கள் எழுதுவதற்குத் தேவையான வெள்ளைத் தாள்களையும் பேனாக்களையும் உங்கள் மேசைமீது அடுக்கி வையுங்கள். நீங்கள் எத்தனை பக்கங்களைப் படித்திருக்கிறீர்கள், எத்தனை குறிப்புகளை எடுத்திருக்கிறீர்கள், படிப்பதில் எத்தனை நிமிடங்களைச் செலவிட்டுள்ளீர்கள் ஆகியவற்றை நீங்கள் கண்காணித்து எழுத்துபூர்வமாகப் பதிவு செய்து வைத்துக் கொள்ளலாம்.

இவற்றை ஓர் அன்றாட அடிப்படையில் செய்வது சலிப்பூட்டுவதாக உங்களுக்குத் தோன்றக்கூடும். ஆனால், உங்களுடைய சின்னச் சின்ன நடவடிக்கைகளைக்கூடக் கண்காணிப்பது உங்கள் முயற்சி வெற்றி பெறுவதில் ஒரு பெரும் பங்கு வகிக்கும். இது உங்கள் நடத்தையில் ஒரு நேர்மறையான மாற்றத்தைத் தோற்றுவிக்கும். அற்ப விஷயம் என்று எதுவுமில்லை.

உங்களைச் சூழ்ந்திருக்கின்ற மக்களிடமிருந்தும் நீங்கள் பின்னூட்டக்கருத்துகளைக் கேட்கலாம். எடுத்துக்காட்டாக, உங்கள் அலுவலகத்தில் நீங்கள் பலரோடு சேர்ந்து ஒரு பணித்திட்டத்தில் செயல்பட்டுக் கொண்டிருக்கிறீர்கள் என்றால், நீங்கள் ஒரு குறிப்பிட்ட நிலையை எட்டியவுடன், ஒரு நம்பகமான சக ஊழியரிடம் அது குறித்துக் கலந்துரையாடுங்கள்.

உங்களுடைய நடத்தையைப் பற்றிய அவர்களுடைய அபிப்பிராயங்களைக் கேளுங்கள். உங்களுடைய முயற்சிகள் சீராக இருந்தனவா? நீங்கள் எத்தகைய ஆழமான உள்நோக்குகளை வழங்கினீர்கள்? நீங்கள் எத்தனை மணிநேரம் வேலை செய்தீர்கள்? செயலின்மையிலிருந்து நீங்கள் எவ்வாறு மீண்டு வந்தீர்கள்? உங்களைப் பற்றிய ஒரு விமர்சனம் முன்வைக்கப்பட்டால், உங்களுடைய நடவடிக்கைகளை மட்டுமே கொண்டு உங்களை உங்களால் தற்காத்துக் கொள்ள முடியுமா, அல்லது அதற்கு நீங்கள் ஏதேனும் சாக்குப்போக்குகளைக் கூற வேண்டியிருக்குமா? வார்த்தைகளைவிட உங்களுடைய செயல்நடவடிக்கைகளே அதிக முக்கியமானவை என்பதை நினைவில் கொள்ளுங்கள்.

நம்முடைய நடவடிக்கைகள் பற்றி மற்றவர்கள் வெளிப்படுத்துகின்ற கண்ணோட்டங்களை நாம் ஏற்றுக் கொள்ளும்போதுதான் நமக்குத் தேவையான முக்கியமான, ஆழமான உள்நோக்குகள் நமக்குக் கிடைக்கின்றன. நம்மை அறியாமலேயே நாம் வெளிப்படுத்துகின்ற பண்புநலன்களை அல்லது நடத்தைகளை அவர்களால் சுட்டிக்காட்ட முடியும். பிறகு, ஒரு புதிய கண்ணோட்ட நிலையிலிருந்து அவற்றை நம்மால் கையாள முடியும். நீங்கள் தற்போது என்ன செய்து கொண்டிருக்கிறீர்களோ, அதை நீங்கள் அதிகமாகச் செய்ய வேண்டுமா அல்லது குறைத்துக் கொள்ள வேண்டுமா?

பின்னூட்டக்கருத்துகளைப் பயனுள்ளவையாக மாற்றுதல்

இப்போது நம்பகமான பின்னூட்டக்கருத்துகள் உங்களுக்குக் கிடைத்திருப்பதால், நீங்கள் மேம்படுவதற்கும் முன்னேறுவதற்கும் உதவக்கூடிய விதத்தில் அவற்றைப் பயனுள்ளவையாக நீங்கள் மாற்றியாக வேண்டும்.

இந்த வகையான சுய அலசலை மேற்கொள்ளும்போது, ஒரு கொள்கை உங்கள் மனத்தின் மையத்தில் கண்டிப்பாக இருந்தாக வேண்டும்: நீங்கள் உங்களிடம் மிகவும் நேர்மையாக நடந்து கொண்டாக

வேண்டும். புறக் காரணிகளை அல்லது சூழல்களைக் குறை சொல்லாமல், நீங்கள் பெற்ற விளைவுகளை உருவாக்குவதற்கு நீங்கள் துல்லியமாக என்ன செய்தீர்கள் என்பதை நீங்கள் கண்டுபிடிப்பதை உள்ளடக்கியது இது. உங்களைப் பற்றிய இந்த வகையான சமரசமற்ற உண்மைத்தன்மை இல்லாவிட்டால், உங்கள் முயற்சிகள் மேம்பட மாட்டா. உங்களுடைய சொந்த விளைவுகளைப் பற்றிய உங்கள் சொந்த மதிப்பீட்டின் அடிப்படையில் பின்னூட்டக்கருத்துகளை நீங்கள் கோரும்போது, பயனற்ற அல்லது மோசமான பழக்கங்களில் நீங்கள் சிக்கிக் கொள்ளாமல் இருப்பதற்கு, முடிந்த அளவு விரைவாக அதைச் செய்யுங்கள். உங்களுடைய விளைவுகள் நல்லவையோ அல்லது மோசமானவையோ, அவை உங்கள் பொறுப்பு மட்டுமே. அவற்றுக்குப் பொறுப்பேற்றுக் கொள்ளுங்கள். ஏனெனில், வேறு யாரும் பொறுப்பல்லர். எனவே, அவர்களால் விஷயங்களைச் சரி செய்ய முடியாது.

நீங்கள் நிரல்களை எழுதக் கற்றுக் கொண்டிருந்து, நீங்கள் எழுதி முடித்துள்ள ஒரு நிரல் வேலை செய்யவில்லை என்றால், உங்கள் கணினியின் செயல்திறன்மீது உங்களால் பழி போட முடியாது, அல்லது தெருவில் நாய்கள் சத்தமாகக் குரைத்து உங்களுக்குக் கவனச்சிதறல் ஏற்படுத்தியதாக எந்தவொரு சாக்குப்போக்கையும் சொல்ல முடியாது. உண்மையிலேயே அவை காரணமாக இருந்தால்கூட, சூழ்நிலைக்கு நீங்கள் எந்த விதத்தில் பங்களித்துள்ளீர்கள் என்பதன்மீதுதான் நீங்கள் கவனம் செலுத்தியாக வேண்டும்.

உங்கள் நடவடிக்கைகளை மதிப்பிடும்போது, அவற்றுக்குப் பொறுப்பேற்றுக் கொள்ளுங்கள். ஏனெனில், அவை உங்கள் பொறுப்புதாம். இது வலி ஏற்படுத்துவதாக இருக்கக்கூடும். ஏனெனில், ஏதேனும் தவறாகப் போகும்போது, பொதுவாக, குறை சொல்வதற்கு நமக்கு வெளியே ஏதேனும் காரணத்தைத் தேடுவதற்குத்தான் நாம் பழக்கப்பட்டிருக்கிறோம். புறக் காரணிகள்மீது அல்லது வேறொருவர்மீது நாம்

பழி போடுகிறோம். ஆனால், அவ்வாறு செய்வது உங்களுடைய சொந்த வீழ்ச்சிக்குத்தான் வழி வகுக்கும். பொறுப்பேற்றுக் கொள்ள மறுப்பதன் மூலம், விஷயங்களை நீங்கள் கையாள்கின்ற விதத்தை மாற்றுவது அல்லது மேம்படுத்துவது எப்படி என்பதை நீங்கள் கற்றுக் கொள்ளாமல் போகிறீர்கள். உங்களுடைய சொந்தச் சாக்குப்போக்குகளையும் நியாயப்படுத்தல்களையும் அலசி ஆய்வு செய்யும் பழக்கத்தை உருவாக்கிக் கொள்ளுங்கள். ஏனெனில், அவை உங்கள் கட்டுப்பாட்டின் கீழ் இருக்கின்றன. வேறு எதுவும் உங்கள் கட்டுப்பாட்டில் இல்லை.

தங்களுடைய சொந்த நடத்தைகள் குறித்து நேர்மையாக நடந்து கொள்வது பெரும்பாலான மக்களுக்கு மிகவும் கடினமாக இருக்கக்கூடும். ஏனெனில், அவை சில குறிப்பிட்ட உணர்வுகளுடன் நிரந்தரமாகப் பின்னிப் பிணைந்திருக்கும். அந்த உணர்வுகளை எதிர்கொள்வதோ அல்லது ஒப்புக் கொள்வதோ அவர்களுக்குக் கடினமாக இருக்கக்கூடும். இதைக் கையாள்வதற்கான சிறந்த வழி, ஒரு குறிப்பிட்டச் சூழ்நிலையில் உங்களுடைய சொந்த நடவடிக்கைகளை மட்டும் பார்ப்பதுதான் — உங்களுடைய நோக்கங்களையோ அல்லது உணர்ச்சிகளையோ அல்ல. எடுத்துக்காட்டாக, நீங்கள் ஒரு குறுகிய காலக்கெடுவில் இருந்ததால் ஒரு பணித்திட்டத்தை வேகமாகச் செய்ய முயன்று கொண்டிருந்தீர்கள் என்றால், அச்சமயத்தில் நீங்கள் உணர்ந்த அழுத்தத்தையோ, நீங்கள் அடைந்த பதற்றத்தையோ, அல்லது ஒரு பதவி உயர்வுக்காக அதை நீங்கள் செய்து கொண்டிருந்தீர்கள் என்ற உண்மையையோ பற்றி நினைப்பதில் உங்கள் நேரத்தை வீணாக்காதீர்கள். மாறாக, உங்களுடைய எழுத்துபூர்வமான ஆவணங்கள், கணக்கீடுகள், உரையாடல்கள், தொடர்புகள், உங்களுடைய பணித்திட்டத்தின் நிறைவு ஆகியவற்றைப் பற்றிய ஓர் அறிக்கையைக் கொடுங்கள்.

மேம்படுதலைப் பொறுத்தவரை, நீங்கள் சிறிது நெகிழ்வுத்தன்மையோடு இருக்க வேண்டும், ஒரே ஒரு வழிமுறையைப் பிடித்துத் தொங்கிக்

கொண்டிருக்கக்கூடாது. இதுகூட அகங்காரத்தால்தான், ஆனால் சில சமயங்களில், பழக்கங்களும் பிடிவாதப் போக்கும் பயமும், நாம் மாறத் தயாராக இல்லாமல் போவதில் ஒரு பங்கு வகிக்கின்றன. நீங்கள் வழி மாறிப் போவதில் தவறில்லை, ஆனால் பின்னர் சரியான வழியைக் கண்டுபிடித்து அதற்கு மாறிக் கொள்ள வேண்டும். இன்னொரு விஷயத்தையும் நீங்கள் புரிந்து கொள்ள வேண்டும். கண்ணோட்டம் என்பது ஒரு முக்கியமான பண்பு. தோற்காமலோ அல்லது வீழாமலோ அதைக் கைவசப்படுத்த முடியாது. வெற்றி கிட்டும்போது, எந்தப் பாதை வேலை செய்யும் என்பதை உங்களால் கற்றுக் கொள்ள முடியும். தோல்வி ஏற்படும்போது, எந்தப் பாதை குறைபாடுகள் கொண்டது என்பதை நீங்கள் கற்றுக் கொள்கிறீர்கள். இந்தப் பின்னூட்டக்கருத்துகளைக் கொண்டு உங்கள் திட்டத்தை உங்களால் மெருகேற்றிக் கொள்ள முடியும்.

சுய மதிப்பீட்டைப் பொறுத்தவரை, நீங்கள் எங்கே தவறினீர்கள் என்பதைக் கண்டுபிடிக்க நீங்கள் சில குறிப்பிட்டக் கேள்விகளை உங்களிடம் கேட்க வேண்டும். நிகழ்வுகளையும் நடவடிக்கைகளையும் முடிந்த அளவு திட்டவட்டமாக நீங்கள் குறிப்பிட்டாக வேண்டும். குறைகளைக் கண்டுபிடித்து அவற்றைச் சரி செய்ய உதவக்கூடிய ஒரு வழிகாட்டியுடனோ அல்லது பயிற்றுவிப்பாளருடனோ இணைந்து நீங்கள் வேலை செய்தாலும், சுய மதிப்பீடு செய்யும் பழக்கத்தை நீங்கள் வளர்த்துக் கொண்டாக வேண்டும். ஏனெனில், அவர்கள் எல்லா நேரங்களிலும் உங்களுடன் இருக்க மாட்டார்கள். நீங்கள் உங்களை எந்த அளவு வெற்றிகரமாக சுயமாக ஆய்வு செய்து மதிப்பிடுகிறீர்களோ, அதில் நீங்கள் அவ்வளவு அதிக நிபுணத்துவம் பெறுவீர்கள்.

பத்து சுய அலசல் கேள்விகள்

ஒரு புதிய திறமையைக் கற்றுக் கொள்ளும்போது உங்களை நீங்கள் மதிப்பிட்டுக் கொள்வதற்கு நீங்கள் பயன்படுத்தக்கூடிய பத்துக் கேள்விகள் உள்ளன.

அவற்றுக்கு எவ்வாறு பதிலளிப்பது என்பதை விளக்குவதற்கு, நெடுங்காலத்திற்கு முன்பு நான் காரோட்டக் கற்றுக் கொண்டிருந்த நேரத்தில் எனக்கு ஏற்பட்ட ஒரு தனிப்பட்ட நிகழ்வைப் பற்றி நான் இங்குக் குறிப்பிடவிருக்கிறேன். அது எனக்குச் சிறிது அசௌகரியமாக இருக்கிறது என்றாலும், அதை நான் விவரித்தாக வேண்டியுள்ளது.

எனக்குக் காரோட்டக் கற்றுக் கொடுத்துக் கொண்டிருந்த பயிற்றுவிப்பாளரும் நானும் ஒரு புறநகர்ப் பகுதியில் ஒரு பரபரப்பான சாலையில் காரில் சென்று கொண்டிருந்தோம். மணிக்கு 25 மைல் வேகத்தில் நான் காரோட்டிக் கொண்டிருந்தபோது, இண்டிகேட்டரைப் போட்டு இடப்புறமாக இருந்த பாதையில் இணைந்து கொள்ளும்படி என் பயிற்றுவிப்பாளர் எனக்கு அறிவுறுத்தினார். நாங்கள் அதை ஓரளவு பயிற்சி செய்திருந்தபோதிலும், ஒரு பொதுச் சாலையில் நாங்கள் அதைச் செய்ய முயற்சித்துக் கொண்டிருந்தது அதுதான் முதல் முறை.

நான் இண்டிகேட்டர் போட்டுவிட்டு, பின்னால் திரும்பி இடப்பக்கப் பாதை தெளிவாக இருந்ததை உறுதி செய்துவிட்டு, எங்கள் காரை அந்தப் பாதையை நோக்கி மெதுவாகச் செலுத்தத் தொடங்கினேன். சரியாக அக்கணத்தில் ஓர் உரத்த ஹாரன் சத்தம் கேட்டது. நான் இணையவிருந்த பாதையில் ஒரு கார் இருந்தது. அது என் பார்வையில் தென்பட்டிருக்கவில்லை.

நான் அப்போது ஒரு கற்றுக்குட்டியாக இருந்ததால், அந்த ஹாரன் சத்தம் கேட்டுப் பதறி, வேகமாக வலப்பக்கமாக என் காரைத் திருப்பினேன். அங்கு இன்னொரு கார் வேகமாக வந்து கொண்டிருந்தது. இப்போது அந்தக் காரிலிருந்தும் ஒரு பலத்த ஹாரன் சத்தம் வந்தது. நாங்கள் ஒரு போக்குவரத்துச் சந்திப்பிலிருந்து ஒரு சில அடிகள் தொலைவில் மட்டுமே இருந்தோம். போக்குவரத்து விளக்கு அப்போதுதான் சிவப்பு நிறத்திற்கு மாறியிருந்தது.

இவ்வளவு கூத்துக்கு நடுவே, காரில் பிரேக் என்ற ஒன்று இருந்தது என்பதே எனக்கு மறந்துவிட்டிருந்தது.

போக்குவரத்து விளக்கு சிவப்பு நிறத்திற்கு மாறியபோது, நான் ஆக்சிலரேட்டரில் கால் வைத்து அழுத்தினேன். அப்போது இடப்புறமாகத் திரும்ப முயற்சித்துக் கொண்டிருந்த ஒரு கார் எங்கள் காரில் கிட்டத்தட்ட மோதிவிட்டது. அப்போது, எங்கள் காரைத் தற்காலிகமாகத் தன்னுடைய கட்டுப்பாட்டில் எடுத்துக் கொள்வதற்காக, பயணியர் இருக்கையருகே தான் நிறுவியிருந்த ஒரு சிறப்பு பிரேக்கைப் பயன்படுத்துவது ஒரு நல்ல யோசனையாக இருக்கும் என்று என் பயிற்றுவிப்பாளர் நினைத்தார்.

இந்த அத்தனை விஷயங்களும் சுமார் 10 நொடிகளுக்குள் அடுத்தடுத்து வரிசையாக நிகழ்ந்தன. அதிர்ஷ்டவசமாக, யாரும் யார்மீதும் மோதவில்லை. எந்தக் காருக்கும் எந்தப் பாதிப்பும் ஏற்படவில்லை. சிறிது தூரம் சென்று எங்கள் காரை ஓர் ஓரமாக நிறுத்தும்படி என் பயிற்றுவிப்பாளர் என்னைப் பணித்தார். என்னுடைய உணர்வுகளைப் பற்றிப் பேசும்படி அவர் என்னிடம் கேட்டுக் கொண்டார். அச்சமயத்தில் இந்தப் பத்துக் கேள்விகளும் எனக்கு உதவிகரமாக இருந்திருக்கும். ஆனால், என் பயிற்றுவிப்பாளர் என்னிடம் அதிகபட்சமாக மூன்று கேள்விகள் மட்டுமே கேட்டார் என்று நான் நினைக்கிறேன்.

1. **அந்தத் தவறு எதனால் நிகழ்ந்தது?** இந்தக் குழப்பத்தை ஏற்படுத்திய முதல் நிகழ்வு, இடப்பக்கப் பாதையில் நான் இணைய முயற்சித்தபோது நடந்தது. அங்கே வந்து கொண்டிருந்த ஒரு காரைப் பார்க்க நான் தவறிவிட்டேன்.

2. **நீங்கள் தவறு செய்தது நீங்கள் பின்பற்றத் தேர்ந்தெடுத்த உத்தியிலா அல்லது வழிமுறையிலா?** இந்த நிகழ்வில் மூன்று நடவடிக்கைகள் கூட்டாகச் செயல்பட்டன. அதை நாம் இங்கு ஓர் 'உத்தி' என்று அழைக்கலாம். முதலாவது, நான் இண்டிகேட்டரைப் போட்டது. இரண்டாவது, பின்னால் திரும்பி, இடப்பக்கப்

பாதை தெளிவாக இருந்ததை நான் உறுதி செய்ய முயற்சித்தது. மூன்றாவது, ஓட்டுநர் பக்கத்திலுள்ள 'பின்னால் வரும் வாகனங்களைப் பார்ப்பதற்கான கண்ணாடியில்' பார்ப்பது. அதை மட்டும் நான் செய்யவில்லை. அதுதான் நான் செய்த மிகப் பெரிய தவறு.

3. **செயல்பாட்டில் நீங்கள் தவறிழைத்தீர்களா?** அந்தக் கண்ணாடியில் நான் பார்க்காமல் போன பிறகு, அதைத் தொடர்ந்து நிகழ்ந்த அனைத்துமே செயல்பாட்டில் ஏற்பட்ட ஒரு பெரிய தவறுதான். எதிர்பாராத விதமாக நான் என் காரை வலப்பக்கமாக ஓடித்தேன், இன்னொரு கார்மீது கிட்டத்தட்ட மோதிவிட்டேன், பிரேக்கை அழுத்துவதற்குப் பதிலாக ஆக்சிலரேட்டரை அழுத்திவிட்டேன், சிவப்பு விளக்கை மீறி என் காரைச் செலுத்தினேன். மொத்தத்தில், செயல்பாட்டில் நான் ஒரு பெரும் தவறு செய்திருந்தேன்.

4. **நீங்கள் எதை வித்தியாசமாகச் செய்திருக்க வேண்டும்?** இந்தக் கேள்வியைத்தான் என்னுடைய பயிற்றுவிப்பாளர் என்னிடம் கேட்டார். பின்பக்கம் பார்ப்பதற்கான கண்ணாடியில் நான் பார்த்திருக்க வேண்டும். நான் அவ்வளவு வேகமாகக் காரை ஓடித்திருக்கக்கூடாது. என் கால் பிரேக்கின்மீது இருந்திருக்க வேண்டும்.

5. **எச்சரிக்கைச் சமிக்கைகள் எதையேனும் நீங்கள் தவறவிட்டீர்களா?** என் பார்வையிலிருந்து தப்பிய அந்தக் கார் நான் எதிர்பாராதது. எனவே, இந்த நிகழ்வைப் பொறுத்தவரை, ஒரு திட்டவட்டமான எச்சரிக்கைச் சமிக்கை இருந்தது என்று கூற முடியாது. ஆனால், நான் அந்தக் கண்ணாடியில் பார்க்காமல் போனது என் தவறுதான். நான் பார்த்திருந்தால், அது எனக்கு ஓர் எச்சரிக்கை விடுத்திருக்கும். அந்தச் சம்பவத்திற்கு முன்பு ஏதேனும் குறைபாடு

இருந்ததா என்று கேட்டால், எனக்குத் தன்னம்பிக்கை சிறிது குறைவாக இருந்தது என்று கூறலாம். ஆனால் முக்கியமாக, அந்தக் கண்ணாடியில் நான் பார்க்காமல் போனதுதான் பிரச்சனையே.

6. **நீங்கள் மேற்கொண்ட அனுமானங்களில் ஏதேனும் தவறாகப் போயிற்றா?** நிச்சயமாக. இடப்பக்கப் பாதை நான் போய் இணைந்து கொள்வதற்குப் பாதுகாப்பாக இருந்ததாக நான் அனுமானித்தேன்.

7. **நீங்கள் இந்தத் தவற்றைச் செய்தது, நீங்கள் இன்னும் அதிகமாகப் பயிற்சி செய்ய வேண்டிய திறன்கள் எவற்றையேனும் வெளிப்படுத்தியுள்ளதா?** உறுதியாக. காரோட்டும்போது எனக்கு இருக்க வேண்டிய விழிப்புணர்வை மேம்படுத்துதல், பிரேக்கிற்கும் ஆக்சிலரேட்டருக்கும் இடையே என் கால்களைப் பயன்படுத்தும் திறனை மேம்படுத்துதல், திடீரென்று ஏற்படும் சூழ்நிலைகளில் காரின் திசையைக் கட்டுப்படுத்துதல், ஆசுவாசம் கொள்ளுதல் ஆகியவற்றில் நான் கவனம் செலுத்த வேண்டும் என்பதை அத்தவறு எனக்கு உணர்த்தியது.

8. **இந்தத் தவறு, உங்களைப் பின்னுக்கு இழுத்துப் பிடித்துக் கொண்டிருக்கின்ற நெகிழ்வுத்தன்மையின்மை அல்லது இறுமாப்பு போன்ற ஏதேனும் ஒரு பண்புநலனை வெளிப்படுத்தியதா?** இங்கு இறுமாப்பு எதுவும் நிச்சயமாக இல்லை. ஆனால், இங்கு நான் கட்டுப்பாட்டை மீறிச் செயல்பட்டு எல்லோரையும் பிரச்சனைக்கு உள்ளாக்கியிருக்கக்கூடும். ஏனெனில், நான் மிதமிஞ்சிய பதற்றம் அடைந்திருந்தேன்.

9. **இந்தத் தவறு மீண்டும் நிகழாமல் இருப்பதற்கு இனி நீங்கள் விஷயங்களை வித்தியாசமாக எப்படிச் செய்வீர்கள்?** *நான் இடப்பக்கப் பாதையில் இணைந்து கொள்ளத் தயாராகும்போது, மூன்று நடவடிக்கைகள் அடங்கிய ஒரு செயல்முறையை நான் பின்பற்றுவதை நான் உறுதி செய்வேன்: இண்டிகேட்டர் போடுதல், திடீர்ச் சூழ்நிலைகள் ஏற்படக்கூடும் என்று எதிர்பார்த்தல், மற்றும் பின்னால் வரும் வாகனங்களைக் காட்டுகின்ற கண்ணாடியைப் பார்த்தல். நான் என்னுடைய ஸ்டியரிங் வீலைக் கட்டுப்படுத்தி ஓட்டுவதற்கும் பழகிக் கொள்வேன். மேலும், பிரேக் என் காலுக்கு எட்டும் விதத்தில் என்னுடைய இருக்கையையும் பொருத்தமாக நிமிர்த்தி வைப்பேன்.*

10. **இதே போன்ற ஒரு தவற்றை இன்னொருவர் செய்வதை நீங்கள் பார்த்தால், அவருக்கு நீங்கள் எவ்வாறு அறிவுறுத்துவீர்கள்?** *என்னுடைய பயிற்றுவிப்பாளர் என்னிடம் கூறியது இதுதான்: "உங்களுடைய சுற்றுச்சூழல் குறித்த விழிப்புணர்வு உங்களுக்குக் கண்டிப்பாக இருந்தாக வேண்டும் என்பது வெளிப்படை. அதே நேரத்தில், உங்கள் உணர்ச்சிகளையும் நீங்கள் கண்காணிக்கவும் கட்டுப்படுத்தவும் வேண்டும். அதிகமான விபத்துகள், வேறு எந்தவோர் உணர்ச்சிசார் காரணியையும்விட, பயத்திலிருந்தும் பதற்றத்திலிருந்தும்தாம் வருகின்றன. பயிற்சியின் மூலம் நீங்கள் அந்த பயத்தையும் பதற்றத்தையும் எளிதாகக் கையாண்டுவிடலாம். இப்போதைக்கு, எனக்கு ஏற்பட்டுள்ள பதற்றத்தைத் தணித்து என்னை ஆசுவாசப்படுத்திக் கொள்ள எனக்கு ஒரு புல்வெளி தேவை."*

(சரி, என் பயிற்றுவிப்பாளர் அந்தக் கடைசி வாக்கியத்தைச் சொல்லவில்லைதான், ஆனால் அவர்

நிச்சயமாக அப்படி உணர்ந்திருப்பார் என்று நான் உறுதியாக நம்புகிறேன்.)

இந்தப் பத்துக் கேள்விகளுக்கும் நீங்கள் நேர்மையாகப் பதிலளிக்கும் பட்சத்தில், உங்கள் நடவடிக்கைகளிலிருந்து படிப்பினைகளைக் கற்றுக் கொள்ளத் தேவையான சரியான மனநிலையை நீங்கள் வளர்த்தெடுப்பதற்கு அது ஒரு பெரிய அளவில் உதவும்.

பின்னால் திரும்பிப் பார்த்து விஷயங்களை அலசுவது சிறிது பயமுறுத்துவதாக இருக்கலாம் என்பது உண்மைதான். ஆனால், நீங்கள் அந்த முதல் கேள்வியைக் கேட்கத் தொடங்கும்வரை மட்டுமே அந்த பயம் நீடிக்கும். அதற்கு நீங்கள் பதிலளித்துவிட்டால், அந்த பயம் உடனடியாக மறைய உதவக்கூடிய விதத்தில் போதிய நேர்மறையான திசையும் தீர்வுகளும் உங்களுக்குக் கிடைத்துவிடும்.

இரத்தினச்சுருக்கமாக

- திறமைகளை மிக வேகமாகக் கைவசப்படுத்துவதற்கான அடிப்படைகளை இப்போது நீங்கள் புரிந்து கொண்டிருப்பதால், அது குறித்து ஏதேனும் செய்வதற்கான வேளை இப்போது வந்துள்ளது. பயிற்சி செய்வதுதான் அது. அது வழக்கமான பயிற்சியன்று, மாறாக, திட்டமிடப்பட்டப் பயிற்சி. தசை நினைவுகளை உருவாக்குவதற்கான அம்சங்களை நீங்கள் பயிற்சி செய்ய வேண்டும். உங்களுடைய இரண்டாம் இயல்பாக ஆக வேண்டிய பழக்கங்களை இப்படித்தான் நீங்கள் உருவாக்கியாக வேண்டும்.
- இருப்பினும், நீங்கள் பயிற்சி செய்யும்போது எல்லா விஷயங்களும் சரியாகப் போக வேண்டும் என்ற அவசியமில்லை. எனவே, நீங்கள் அவ்வப்போது பின்னூட்டக்கருத்துகளைக் கேட்டுப் பெற்று உங்கள் பாதையைத் திருத்தியமைக்க வேண்டும். நீங்கள் உங்களை சுய அலசல் செய்வதன் மூலம் பின்னூட்டக்கருத்துகளைப் பெறலாம், அல்லது

உங்களைச் சுற்றிலும் இருப்பவர்களிடமிருந்து நீங்கள் அவற்றைக் கேட்டுப் பெறலாம். இந்தப் பின்னூட்டக்கருத்துகளைப் பயன்படுத்தி, உங்கள் நடவடிக்கைகளுக்கு நீங்கள் பொறுப்பேற்றுக் கொள்ள வேண்டியது முக்கியம். உங்கள் அகங்காரத்தை ஓரங்கட்டி வைத்துவிட்டு, நீங்கள் மேம்படத் தேவையான பயிற்சியில் நீங்கள் கவனம் செலுத்த வேண்டும்.

- அதிகமான சுய விழிப்புணர்வைப் பெறுவதற்கு, ஒரு திறமையைக் கைவசப்படுத்துவதில் நீங்கள் ஏதேனும் பின்னடைவை எதிர்கொண்டால் உங்களை நீங்களே கேட்டுக் கொள்ளக்கூடிய பத்துக் கேள்விகள் இருக்கின்றன. அவற்றுக்கு நேர்மையாகப் பதிலளியுங்கள்.

அத்தியாயம் 7

பல்வேறு திறமைகளில் நிபுணத்துவம் பெறுங்கள்

இப்புத்தகம் நெடுகிலும் கூறப்பட்டு வந்துள்ளதைப்போல, ஒரு திறமையைக் கற்றுக் கொள்வது முன்னெப்போதையும்விட இப்போது மிக மிக எளிது. அதன் காரணமாக, நீங்கள் ஒரு திறமையைக் கற்று அதில் நிபுணத்துவம் பெற்றுவிட்டால்கூட, வேறொருவரும் அதே திறமையைக் கற்று அதில் கைதேர்ந்தவராக ஆகியிருப்பதற்கான சாத்தியம் அதிகம் உள்ளது. ஒரு குறிப்பிட்டப் பகுதியில் உங்களுக்கு இருக்கின்ற திறமைகளை, அதே திறமைகளைக் கொண்டுள்ள இன்னொருவருடன் ஒருவர் மதிப்பீடு செய்யும்போது, தான் ஏன் அந்த நபரை விட்டுவிட்டு உங்களையோ அல்லது உங்களை விட்டுவிட்டு அந்த நபரையோ தேர்ந்தெடுக்க வேண்டும் என்பதற்கான காரணத்தை அவரால் பார்க்க முடியாமல் போகக்கூடும்.

உங்களுடைய தகுதியையோ அல்லது மதிப்பையோ வெறுமனே ஒரே ஒரு திறமையின் அடிப்படையில் நிலை நிறுத்துவது புத்திசாலித்தனமான ஒரு செயலன்று. வரையறைப்படி, அனைவரிலும் 1% நபர்கள் மட்டுமே

எதுவொன்றிலும் முதல் 1% இல் உள்ளனர். தேசிய கூடைப்பந்து அமைப்பிலுள்ள விளையாட்டு வீரர்களில் உச்சத்தில் இருக்கின்ற 1% வீரர்கள், மொத்த லீக்கிலும் உள்ளவர்களில் ஒரு சிறு சதவீதம் மட்டுமே. உலக மக்கட்தொகையில் அவர்கள் மிகச் சிறியதொரு பகுதியினர் மட்டுமே. அந்த 1 சதவீதத்தில் இடம் பிடிப்பது கிட்டத்தட்டச் சாத்தியமற்றது. இருப்பினும், தேசிய கூடைப்பந்து அமைப்பிலுள்ள மீதி 99 சதவீத வீரர்கள் தலைசிறந்த விளையாட்டு வீரர்களாக இல்லாவிட்டாலும், அவர்கள் ஒன்றும் மோசமாக விளையாடுபவர்கள் அல்லர். அவர்கள் அந்த நிலையை எப்படி அடைந்தனர்?

ஒரு திறமையில் உச்ச நிலையில் உள்ள 1 சதவீதத்தினரில் ஒருவராக உங்களால் ஒருபோதும் ஆக முடியாது என்பதை நீங்கள் அறிந்துள்ள நிலையில், உங்கள் அளவுக்குத் திறமை படைத்த ஒருவரிடமிருந்து உங்களை நீங்கள் எவ்வாறு வேறுபடுத்துவீர்கள்? சாத்தியமுள்ள ஒரு தீர்வு, பல்வேறு திறமைகளில் நிபுணத்துவம் பெறுவதாகும்.

இந்தக் கோட்பாட்டைப் பிரபலப்படுத்தியவர், ஸ்காட் ஆடம்ஸ் என்ற கேலிச்சித்திரப் படைப்பாளி. ‘டில்பர்ட்’ என்ற கேலிச்சித்திரத் தொடருக்குச் சொந்தக்காரரர் அவர். இந்தக் கோட்பாட்டின்படி, ஒருவர் ஒரே ஒரு திறமையில் கைதேர்ந்தவராக இருப்பதற்கு மாறாக, பல்வேறு திறமைகளில் கைதேர்ந்தவராக இருக்க வேண்டும். அவை அனைத்தும் சேர்ந்து உங்களை ஓர் அசாதாரணமான திறமைசாலியாக ஆக்கும். ஒரே ஒரு திறமையில் உச்ச நிலையில் உள்ள 5 சதவீதத்தினரில் ஒருவராக இருப்பதற்குப் பதிலாக, மூன்று திறமைகளில் உச்ச நிலையில் 10–15 சதவீதத்தினரில் ஒருவராக நீங்கள் ஏன் இருக்கக்கூடாது?

ஸ்காட் ஆடம்ஸின் விஷயத்தை எடுத்துக் கொண்டால், அவர் அப்படி ஒன்றும் தலைசிறந்த கேலிச்சித்திரக் கலைஞர் அல்லர். எனவே, அவரை, தலைசிறந்த 10 சதவீதத்தினரில் ஒருவராக வைத்துக் கொள்வோம். வணிக மேலாண்மையில் அவர் ஓர்

உயர்ந்த நிலையில் இருப்பவர் அல்லர். இருப்பினும், அவர் கலிபோர்னியா பல்கலைக்கழகத்தில் உள்ள வணிகப் பள்ளியில் பயின்றவர். எனவே, அதில் உச்ச நிலையில் உள்ள 5 சதவீதத்தினரில் ஒருவராக அவரை வைக்கலாம். அவர் ஒரு மேடை நகைச்சுவையாளரும் அல்லர். எனவே, நினைத்தவுடன் நகைச்சுவையாகப் பேச அவரால் முடியாது. ஆனாலும், அவருடைய கேலிச்சித்திரங்கள் மிகவும் நகைச்சுவையாக இருக்கும். எனவே, அவ்விஷயத்தில் அவரை உச்ச நிலையில் உள்ள 5% சதவீதத்தினரில் ஒருவராக வைக்கலாம்.

ஆனால், அவருடைய 'டில்பர்ட்' கேலிச்சித்திரம், 65 நாடுகளிலுள்ள செய்தித்தாள்களில் இடம் பெறுகிறது. அவருடைய நிகரச் சொத்து மதிப்பு 75 மில்லியன் டாலர்கள். இது எப்படிச் சாத்தியமாயிற்று?

ஆடம்ஸ் இவ்வாறு கூறுகிறார்: "நீங்கள் என்னுடைய சாதாரணமான வணிகத் திறமைகளையும், என்னுடைய வலிமையான வேலை நெறிமுறைகளையும், என்னுடைய துணிச்சலையும், என்னுடைய நகைச்சுவையுணர்வையும் ஒன்றாகச் சேர்த்தால், நான் ஓரளவு தனித்துவமானவன்தான். இந்த விஷயத்தில், அந்தத் தனித்துவத்திற்குச் சந்தையில் மதிப்பு இருக்கிறது."

இதுதான் பல்வேறு திறமைகள் கைவரப் பெறுவதன் சாரம். ஒன்றாகச் சேர்த்துப் பயன்படுத்தத்தக்கத் ஒரு சில திறமைகளில் உச்ச நிலையில் உள்ள ஒரு சிறு சதவீதத்தினரில் ஒருவராக ஆகி அத்திறமைகளைப் பயன்படுத்துவதுதான் இங்கு உங்கள் இலக்கு. மற்றவர்களோடு ஒப்பிடுகையில் இது உங்களை ஓர் அனுகூலமான நிலையில் வைக்கும். ஆடம்ஸைப் பொறுத்தவரை, அவர் தன்னுடைய தொழிலைப் பற்றிய புரிதலையும், தன்னுடைய நகைச்சுவையுணர்வையும் பயன்படுத்தி, பொருளாதாரரீதியாகத் தனக்கு மதிப்பு வாய்ந்ததாக அமையக்கூடிய ஒரு கதாபாத்திரத்தை உருவாக்கினார்.

வெற்றி பொதுவாக ஒரே ஒரு திறமையில் தலைசிறந்து விளங்குவதன் விளைவு என்று கருதப்படுகிறது. சில குறிப்பிட்ட விஷயங்களில் அது உண்மையாக

இருப்பதை மறுப்பதற்கில்லை. பெரும்பாலான மருத்துவ மாணவர்கள், ஒரு குறிப்பிட்ட மருத்துவப் பிரிவைத் தேர்ந்தெடுத்து அதில் சிறப்புற வேண்டியுள்ளது. பல் மருத்துவர்கள் எலும்பு மருத்துவர்களாகவும் இருப்பதில்லை. விளையாட்டுத் துறையிலும் இதுதான் நிலைமை. நீங்கள் கூடைப்பந்து ஆட்டத்தில் தலைசிறந்து விளங்கலாம், ஆனால் கால்பந்து, கோல்ஃப், மற்றும் பிற தடகள விளையாட்டுகளிலும் அதே நேரத்தில் உங்களால் தலைசிறந்து விளங்க முடியாது. இதில் விதிவிலக்குகள் உண்டு என்பதை நீங்கள் மறந்துவிடக்கூடாது.

பிற துறைகளில், ஒன்றுக்கு அதிகமான திறமைகளில் சிறப்பாகத் திகழ்வது அனுகூலமானதாக இருக்கும். அது உங்களைத் தனித்துவமானவராக ஆக்கும். இது வேலைவாய்ப்புச் சந்தையில் உங்களின் மதிப்பை வெகுவாக அதிகரித்து, ஒரு சமூக அளவிலும் தனிப்பட்ட அளவிலும் உங்களை இன்றியமையாதவராக ஆக்கும்.

வெவ்வேறு துறைகளில் ஒரு சிலவற்றில் உச்ச 10–15 சதவீதத்தினரில் ஒருவராக ஆவது, ஒரே ஒரு துறையில் தலைசிறந்த 1 சதவீதத்தினரில் ஒருவராக ஆவதைவிட எளிது. தலைசிறந்த 1 சதவீதத்தினரில் ஒருவராக ஆவதற்குப் பல ஆண்டுகள் பயிற்சி செய்ய வேண்டியிருக்கும். ஆனால் உச்ச 10–15 சதவீதத்தினரில் ஒருவராக ஆவதற்கு அவ்வளவு காலம் ஆகாது.

எனக்குப் பிடித்தமான உதாரணத்தை எடுத்துக் கொள்வோம். திறமையான எழுத்தாளர்கள் பலர் உள்ளனர். அவர்களுடைய படைப்புகளை வாசிக்க உங்களுக்கு வாய்ப்பு கிடைத்தால், அவர்களில் 5 சதவீதத்தினர் அற்புதமான எழுத்தாளர்கள் என்பதை நீங்கள் கண்டறிவீர்கள். ஆனால், மீதிப் பேருடைய படைப்புகள் வெளியாவதே இல்லை. அவை நிராகரிக்கப்படுகின்றன. எனவே, அந்த எழுத்தாளர்கள் வெளியே அறியப்படுவதில்லை.

ஆனால், அந்த 5 சதவீதத்தினரில் யாரேனும் ஒருவர், ஒரு சிறு எச்டிஎம்எல் நிரலை எழுதுவதற்கான திறமை பெற்றிருந்து, சமூக ஊடகத்தை எவ்வாறு திறமையாகப் பயன்படுத்துவது என்பதை அறிந்திருந்தால் என்ன

நிகழும்? அழகான வார்த்தைகளைப் பயன்படுத்தி, தங்களுடைய சொந்தப் படைப்புகளைப் பற்றி ஒரு வலைப்பதிவை அவரால் சொந்தமாக எழுத முடியும். தங்களை ஒரு தனித்துவமான மற்றும் தனிப்பட்ட வணிகச்சின்னமாக அவர்களால் ஆக்கிக் கொள்ள முடியும்.

மேலும், ஒன்றை எவ்வாறு பிரபலப்படுத்துவது என்பது பற்றிய ஆழமான அறிவு அவர்களுக்கு இருப்பதால், தங்களுடைய படைப்புகளுக்கு உலக அளவில் ஆர்வத்தையும் ஒரு சந்தையையும் அவர்களால் உருவாக்கிக் கொள்ள முடியும். இதன் மூலம், ஒரு பெரும் எண்ணிக்கையிலான மக்களால் அவர்களுடைய படைப்புகளை உண்மையிலேயே படிக்க முடிகிறது. அவர்கள் தங்களுடைய தொழிலறிவை மேலும் மெருகேற்றிக் கொண்டால், அவர்களால் தங்களுக்கு அதிகமான வாசகர்களை உருவாக்கிக் கொள்ள முடியும், அதிகமான படைப்புகளைப் படைக்க முடியும், அதன் மூலம் தங்களுடைய வருவாயைப் பன்மடங்கு பெருக்கிக் கொள்ள முடியும்.

எனவே, அந்த எழுத்தாளர், தலைசிறந்த 5 சதவீத எழுத்தாளர்களில் ஒருவராக மட்டுமே இருந்தாலும்கூட, தங்களுடைய படைப்புகளை விளம்பரப்படுத்துவதற்கான அறிவு கைவரப் பெற்றிருப்பதால், அவர்களால் தங்களுடைய படைப்புகளை வெளியிட முடிகிறது, வாசகர்களைப் பெற முடிகிறது, குறிப்பிடத்தக்க வருவாய் ஈட்ட முடிகிறது.

எவ்வாறு அதிகமான திறமைகளைக் கற்றுக் கொள்வது?

ஒன்றோடொன்று சேர்ந்து செயல்படக்கூடிய திறன்களை நீங்கள் கண்டறிவதுதான் முதல் படி. எடுத்துக்காட்டாக, எழுத்து, மேடைப் பேச்சு, நடிப்பு ஆகிய மூன்றும் சேர்ந்தால், அது ஒரு கச்சிதமான கூட்டணியாக இருக்கும். நீங்கள் ஒரு தலைசிறந்த சமையற்காரராகவும், ஒரு சாமர்த்தியமான தொழிலதிபராகவும், சிறப்பாகப் பேசக்கூடியவராகவும் இருந்தால், ஒரு வெற்றிகரமான

உணவகத்தை உங்களால் நடத்த முடியும்.

இதற்கு நேர்மாறாக, நீங்கள் ஒரு நல்ல மேடைப் பேச்சாளராகவும், ஒரு நல்ல நடிகராகவும், ஒரு நல்ல சமையற்காரராகவும் இருந்தால், சராசரியைவிட மேலான ஓர் உணவகச் சிப்பந்தியாக மட்டுமே உங்களால் ஆக முடியும். எனவே, நீங்கள் கற்றுக் கொள்கின்ற கூடுதல் திறமைகள், ஒன்றுக்கொன்று தொடர்புடையவையாகவும் உதவிகரமானவையாகவும் இருக்க வேண்டும். கண்டதையெல்லாம் நீங்கள் கற்கக்கூடாது. ஒன்றுக்கொன்று தொடர்புடைய திறமைகளில் நீங்கள் கைதேர்ந்தவராக ஆனால், உங்கள் மதிப்பு வெகுவாக உயரும். நீங்கள் வெறுமனே உங்களுடைய வலிமைகளில் மட்டுமே திருப்தியடைந்துவிட்டால், அது ஒரு மிகப் பெரிய அளவில் உங்களைப் பின்னுக்கு இழுத்துப் பிடிக்கும்.

நீங்கள் எத்தகைய திறமைகளைக் கற்க வேண்டும் என்பதைக் கண்டுபிடிப்பதற்கு, பின்வரும் கேள்விகளை உங்களை நீங்களே கேட்டுக் கொள்ளுங்கள்:

நீங்கள் எந்தத் தொழில்துறையில் இருக்கிறீர்கள் அல்லது இருக்க விரும்புகிறீர்கள்? உங்களுடைய தற்போதைய வேலைச் சூழ்நிலை எது? நீங்கள் எந்த வேலைச் சூழ்நிலையைப் பற்றிக் கனவு காண்கிறீர்கள்?

அந்தத் தொழில்துறையில், எந்தெந்தத் திறமைகளைக் கொண்ட மக்கள் ஒருவரோடு ஒருவர் போட்டி போடுகிறார்கள்? அந்தத் துறையில் உள்ளவர்கள் ஓர் அடிப்படை நிலையில் என்ன செய்தாக வேண்டியுள்ளது? எந்தத் திறமைகள் எதிர்காலத்தில் அவர்களுக்கு உதவிகரமாக இருக்கும்? அந்தத் திறமைகளின் அடிப்படையில்தான் அந்த நிறுவனமோ அல்லது தொழிலோ கட்டியெழுப்பப்பட்டுள்ளது. அதன் அடிப்படையில்தான் உயரதிகாரிகள் தங்கள் ஊழியர்களை அன்றாடம் எடைபோடுவார்கள்.

அந்தத் திறமைகளைப் பெற்றவர்களில் உச்ச 5 சதவீதத்தினரில் ஒருவராக நீங்கள் இருந்தால், அது நல்லதுதான். ஆனால், அதே நிலையில் உங்களைப் போன்ற பலர் ஏற்கனவே இருக்கின்றனர். உங்களைவிடச்

சிறந்தவர்களும் இருக்கின்றனர். எனவே, வெறுமனே உச்ச 5 சதவீதத்தினரில் ஒருவராக இருப்பது மட்டும் போதாது. எனவே...

எந்தப் புதிய திறமைகள் உங்கள் போட்டியாளர்களை விரட்டியடிக்கும்? இவை உங்களுடைய 'சிறப்புத் திறமைகள்.' இத்திறமைகளை நீங்கள் இந்த வேலைக்காக அல்லாமல், வேறொரு சூழலில் கற்றிருந்திருக்கலாம். இந்தத் திறமைகள்தாம் தராசை உங்களுக்குச் சாதகமாகச் சாய்க்கும்.

நீங்கள் ஒரு பங்குத் தரகராக ஆக விரும்புவதாக வைத்துக் கொள்வோம். (இது நம்முடைய முதல் கேள்விக்கான பதில்.)

பங்குத் தரகர்கள் எந்தெந்தத் துறைகளில் தங்களை மற்றவர்களிடமிருந்து வேறுபடுத்திக் காட்டி ஒருவரோடு ஒருவர் போட்டி போடுகிறார்கள்? பங்குத் தரகர்கள் பேச்சுத் திறமையிலும் கணக்கிடுவதிலும் வல்லவர்களாக இருக்க வேண்டும். பொதுவாக, பங்குத் தரகர்கள் அனைவருமே இந்தத் திறமைகளைப் பெற்றிருப்பர். ஒரு பேச்சுக்கு, 75 சதவீதத்தினருக்கு அத்திறமைகள் இருப்பதாக வைத்துக் கொள்வோம். ஆனால், நீங்கள் வேலைக்கு எடுத்துக் கொள்ளப்படுவதற்கு இது போதாது.

உங்களை மற்றவர்களிடமிருந்து வேறுபடுத்தக்கூடிய எந்தப் புதிய திறமைகளை நீங்கள் கற்கலாம்? உலகப் பொருளாதாரம் பின்னிப் பிணைந்திருப்பதால், ஒரு பங்குத் தரகர், சீனா அல்லது ஜெர்மனி போன்ற, வலிமையான பொருளாதாரத்தைக் கொண்டுள்ள ஓர் அந்நிய நாட்டின் மொழியைக் கற்பது அவருக்குப் பெரும் அனுகூலமாக இருக்கும். உலக மக்கட்தொகையில் 50 சதவீதத்தினர் இரண்டு மொழிகள் தெரிந்தவர்களாக இருப்பதாகச் சில ஆய்வுகள் காட்டுகின்றன. இது சற்று அதிகம் என்று எனக்குத் தோன்றுகிறது, ஆனால் இது உண்மை என்று வைத்துக் கொள்ளலாம். உங்களால் ஓர் அந்நிய மொழியைப் பேச முடிந்தால், 50 சதவீதப் பங்குத் தரகர்களிடமிருந்து நீங்கள் உங்களை வேறுபடுத்திக் காட்டுவீர்கள். நீங்கள் கூடுதலாகக் கற்கக்கூடிய ஒவ்வொரு புதிய மொழியும் உங்களை மேன்மேலும்

வேறுபடுத்திக் காட்டும். ஒரு புதிய மொழியைக் கற்றுக் கொள்வது, அனைத்துப் பங்குத் தரகர்களிலும் உச்ச 20 சதவீதத்தில் உங்களைக் கொண்டு சேர்ப்பதாக வைத்துக் கொள்வோம்.

மேலும், பங்குச் சந்தையில் உயிரி தொழில்நுட்பம் அதிகமாகக் கண்காணிக்கப்படுகின்ற பிரிவுகளில் ஒன்றாக இருப்பதால், மருத்துவம், மனித உடல், உடல்தேறல் பயிற்சிகள் என்பன போன்றவை பற்றிய ஓர் ஆழமான அறிவைக் கொண்ட ஒரு பங்குத் தரகர், இனி வரக்கூடிய புதிய தொழில்நுட்பங்களை ஆர்வத்தோடு ஆய்வு செய்யக்கூடிய ஒருவராக இருக்கக்கூடும். மருத்துவம் பற்றி உங்களுக்குப் பல விஷயங்கள் தெரிந்திருந்தாலோ, அல்லது முதலுதவி செய்வதில் அல்லது லேசான மருத்துவ உதவி செய்வதில் உங்களுக்கு அதற்கான கல்வியறிவுடன்கூடிய அனுபவம் இருந்தாலோ, இரண்டு மொழிகள் தெரிந்த பங்குத் தரகர்களைவிட அதிக அனுகூலமான ஒரு நிலையில் நீங்கள் இருப்பீர்கள்.

நீங்கள் இந்த அனைத்துத் திறமைகளிலும் ஒரு மேதை அல்லர், ஆனால் சிறிதளவு கடின உழைப்பையும் பயிற்சியையும் நீங்கள் முதலீடு செய்தால், உச்ச 10–15 சதவீதத்தினரில் ஒருவராக நீங்கள் எளிதாக இடம் பிடித்துவிடலாம். மேலும், இதுவே உங்களை மற்றவர்களைவிட அதிக நெகிழ்வுத்தன்மை கொண்டவராகவும், அதிகமாகச் சந்தைப்படுத்தப்படக்கூடிய ஒருவராகவும் ஆக்கிவிடும்.

அதிகக் குதூகலமூட்டும் ஓர் எடுத்துக்காட்டை இப்போது நாம் பார்க்கலாம். நாம் ஓவியத்தை எடுத்துக் கொள்ளலாம். கிட்டத்தட்ட 100 சதவீத ஓவியர்கள், ஒரு பொருளை எப்படி வரைவது என்பதை அறிந்திருப்பர். பல்வேறு ஊடகங்கள் மற்றும் வண்ணச்சாயங்களைக் கொண்டு ஓவியம் வரைய அவர்களுக்குத் தெரிந்திருக்க வேண்டும், அவற்றில் ஒன்றிரண்டில் மட்டுமே அவர்கள் சிறப்புத் திறமை பெற்றவர்களாக இருந்தாலும்கூட! இந்த எடுத்துக்காட்டிற்காக, அவர்களில் 90 சதவீதத்தினருக்கு மட்டுமே ஒன்றுக்கு மேற்பட்ட ஊடகங்களில் வரைய

முடியும் என்று வைத்துக் கொள்வோம்.

சிலர் மனித உருவங்களை மட்டுமே வரைவர். இன்னும் சிலர், தங்களுக்கு முன்னால் ஆடாமல் அசையாமல் இருக்கின்ற உருவங்களை மட்டுமே வரைவர். ஆனால், நல்ல நினைவாற்றல் கொண்ட ஒருவரால், தாங்கள் விரும்புகின்ற எதுவொன்றையும் எந்தவோர் இடத்திலும் வரைய முடியும். பயிற்சியின் மூலம் அந்தத் திறமையை வெகுவாக மெருகேற்றிக் கொள்ள முடியும். இறுதியாக, தொன்மவியல், இறையியல், தத்துவம் என்பன போன்ற ஏதோ ஒன்றில் ஒரு பின்புலத்தைக் கொண்டிருக்கின்ற ஒருவர், சில குறிப்பிட்டச் சின்னங்கள் பற்றிய அறிவு கைவரப் பெற்றவராக இருக்கக்கூடும். அவற்றை அவர்கள் தங்களுடைய படைப்புகளில் பயன்படுத்தி, அப்படைப்புகளுக்குக் கூடுதல் அர்த்தத்தைக் கொடுக்கலாம்.

ஓவியர்களிடையே ஒரு திறமையான வரைவாளரை எளிதாகக் கண்டுபிடித்துவிடலாம். ஆனால், பல்வேறு ஊடகங்களில் வரையக்கூடிய, மிகச் சிறந்த நினைவாற்றல் கொண்ட, கலைக் கோட்பாடு, தொன்மவியல், அல்லது தத்துவத்தில் ஒரு சிறந்த பின்புலத்தைக் கொண்ட ஒரு திறமையான வரைவாளரைக் கண்டுபிடிப்பது மிகவும் கடினம். அவர்கள் மிகவும் அரிய வகையினர்.

உங்கள் திறமைகளை உங்களைவிடச் சிறப்பாக அறிந்தவர்கள் வேறு யாரும் இல்லை. ஆனால், உங்களிடம் ஏற்கனவே உள்ள பல்வேறு திறமைகளை ஒருங்கிணைப்பதைப் பற்றி நீங்கள் யோசிக்காமல் போயிருக்கலாம். அதைச் செய்வதன் மூலம் உங்களால் அவற்றை உங்களுக்குச் சாதகமாகப் பயன்படுத்திக் கொள்ள முடியும். மக்களுக்கு நன்மை பயக்கக்கூடிய விதத்தில் நீங்கள் அவற்றை ஒருங்கிணைத்து முன்வைக்கலாம். மேலும், இது, உங்களைத் தனித்துவப்படுத்திக் காட்டுவதற்கு நீங்கள் இன்னும் என்னென்ன திறமைகளைக் கைவசப்படுத்த வேண்டும் என்பதைக் கண்டுபிடிப்பதற்கான ஒரு சிறந்த, ஆக்கபூர்வமான வழியும்கூட.

இரத்தினச்சுருக்கமாக

- *உங்களிடம் ஏற்கனவே பல திறமைகள் இருக்கின்றன. ஒரே ஒரு திறமையை மட்டும் நீங்கள் சார்ந்திருக்கலாகாது. நம்மில் 1 சதவீதத்தினரால் மட்டுமே ஒரு திறமையில் உச்ச 1 சதவீதத்தினரில் ஒருவராக இருக்க முடியும். அது நீங்களாக இல்லாமல் போவதற்கான வாய்ப்புகள் அதிகம். எனவே, ஒன்றோடொன்று தொடர்புடைய மூன்று அல்லது நான்கு திறமைகளை உள்ளடக்கிய ஒரு தொகுதியை நீங்கள் உருவாக்க வேண்டும். அது யதார்த்தமான ஓர் இலக்கு. அது உங்களைத் தனித்துவப்படுத்திக் காட்டும்.*
- *அந்தத் திறமைகள் ஒன்றோடொன்று தொடர்புடையவையாக இருக்க வேண்டியது இங்கு முக்கியம். நீங்கள் வெறுமனே உங்கள் வலிமைகளில் மட்டும் உங்கள் கவனத்தைக் குவித்தால் போதாது. அது உங்களை எப்போதும் பின்னுக்கு இழுக்கும். உங்கள் துறையில் தலைசிறந்து விளங்குபவர்களிடம் என்னென்ன திறமைகள் இருக்கின்றன என்பதைப் பாருங்கள். நீங்கள் எந்தத் திறமையில் வல்லவராக ஆக வேண்டும் என்பதை நீங்கள் கண்டறியும்போது, அது குறித்து உங்களால் நடவடிக்கை எடுக்க முடியும். இது மட்டுமே 90 சதவீத மக்களைவிட அதிக விஷய ஞானம் உள்ள ஒருவராகவும், அதிகமாகத் தயாராக இருக்கின்ற ஒருவராகவும் உங்களை ஆக்கும். இது உங்களை ஒரு நிபுணர் நிலைக்கு உயர்த்தும்!*

அத்தியாயம் **8**

திறமைகளை வேகமாகக் கைவசப்படுத்துவதற்கான தந்திரோபாயங்கள்

ஒரு புதிய திறமையைக் கைவசப்படுத்துவதற்கான உங்களுடைய உத்தியை நீங்கள் நிர்ணயித்துள்ளீர்கள். உங்களுக்கு ஆதரவான ஒரு தொடர்பு வட்டத்தை நீங்கள் உருவாக்கியுள்ளீர்கள். நீங்கள் வேலை செய்கின்ற இடத்தின் சூழல் உங்களுக்கு அதிக உதவிகரமாக இருக்கும் விதத்தில் அதை நீங்கள் மாற்றியமைத்துள்ளீர்கள். நீங்கள் உங்கள் திறமையைப் பயிற்சி செய்யத் தொடங்கியுள்ளீர்கள். ஒரு திட்டவட்டமான 'பின்னூட்டக்கருத்து-மேம்பாடு' செயல்முறையை நீங்கள் நிலைப்படுத்தியுள்ளீர்கள். இந்த அடிப்படைத் தயாரிப்புகளைச் செய்துள்ள நீங்கள், இந்தப் புதிய திறமையைக் கற்றுக் கொள்வதை உங்களுடைய அன்றாடப் பயிற்சியாக ஆக்கிக் கொள்ள என்ன திட்டமிட்டுள்ளீர்கள்?

உங்கள் பணியிடத்திலும் வெளியேயும், திறமையைக் கைவசப்படுத்துவதன் வேகத்தை அதிகரிக்க நீங்கள்

பயிற்சி செய்யக்கூடிய சில தந்திரோபாயங்களை இந்த அத்தியாயம் ஆராய்கிறது.

கலப்பு வழிமுறை

இந்த அத்தியாயத்தின் முதல் வழிமுறை, ஒரு திறமையைக் கற்பதற்கான தர்க்கரீதியாகச் சரியான வழியிலிருந்து மாறுபட்டுள்ளது. ஒரு விஷயத்தைக் கற்பதற்கு இடைவெளியில்லாத நேரத் தொகுதிகளை ஒதுக்கிக் கொள்வதுதான் வழமையான வழிமுறை. ஒரு விருந்தில் பாயசம் சாப்பிடுவதற்கு முன்பு மற்ற அனைத்தையும் சாப்பிடுவதைப் போன்றது அது.

இடைவெளியில்லாத நேரத் தொகுதிகளைப் பயன்படுத்துவது, ஒரு நேரத்தில் ஒரு திறமையைக் கற்றுக் கொள்வதை அல்லது பயிற்சி செய்வதையும், பிறகு அடுத்ததற்குச் செல்வதையும் உள்ளடக்கியது. ஒரு திறமையைக் கற்பதற்கு நீங்கள் வகுத்துள்ள அன்றாடச் செயல்முறையின் அனைத்து அம்சங்களையும் நீங்கள் நிறைவேற்றும்வரை நீங்கள் அடுத்ததற்குப் போக மாட்டீர்கள். எடுத்துக்காட்டாக, முதலில் 'அ' திறமை, அடுத்து 'ஆ' திறமை, அடுத்து 'இ' திறமை. 'அ'வைப் பயிற்சி செய்த பிறகுதான் நீங்கள் 'ஆ'வுக்குச் செல்வீர்கள். அவ்விரண்டையும் பயிற்சி செய்த பிறகுதான் நீங்கள் 'இ'க்கு நகர்வீர்கள். நேரத் தொகுதிகளை ஓர் ஒற்றை எழுத்தால் பிரதிநிதித்துவப்படுத்துவது ஒரு பாணியை உருவாக்குகிறது. அது இப்படித் தோன்றும்: அஅஅஆஆஆஇஇஇ.

கலப்பு வழிமுறை அந்தப் பாணியில் குறுக்கிடுகிறது. கற்றல் நேரம் நெடுகிலும், ஒன்றுக்கொன்று தொடர்புடைய பல திறமைகளைக் கலந்து பயிற்சி செய்வதை அது ஊக்குவிக்கிறது. இந்த வகையான பயிற்சி இப்படித் தோன்றும்: அஆஇஅஆஇஅஆஇ.

எடுத்துக்காட்டாக, இயற்கணிதம் படிக்கின்ற ஒரு தொடக்க நிலை மாணவர், அடுக்கேற்றம், வரைபடம் வரைதல், ரேடிக்கல்கள் போன்ற பாடங்களைப் புரிந்து கொள்ளப் பணிக்கப்படுவார். ஒரு நேரத்தில்

ஒரு பாடத்தைப் படிப்பதற்குப் பதிலாக, அவர் அடுக்கேற்றத்திலிருந்து தொடங்கி, சிறிது நேரத்திற்குப் பிறகு அதை நிறுத்திவிட்டு வரைபடம் வரைவதற்குப் பயிற்சி செய்யலாம். அதன் பிறகு சிறிது நேரம் கழித்து அவர் ரேடிக்கல்களுக்குப் போகலாம். அதைச் சிறிது நேரம் பயிற்சி செய்துவிட்டு, அவர் மீண்டும் அடுக்கேற்றத்திற்குத் திரும்பலாம். ஷேக்ஸ்பியரின் படைப்புகளைப் படிக்கும்போது, ஒரு கற்றல் நேரத் தொகுதியை, அந்த நாடக ஆசிரியரின் நகைச்சுவைகள், சோகங்கள், வரலாற்று நாடகங்கள் ஆகியவற்றை இடைவெளிவிட்டுப் படிப்பதற்கு ஏற்றவாறு திட்டமிட்டுக் கொள்ளலாம். இதை அடுத்த நிலைக்கு எடுத்துச் செல்ல வேண்டுமென்றால், ஒரு குறிப்பிட்ட நேரத் தொகுதியில் முதலில் ஷேக்ஸ்பியரையும், அடுத்ததாகக் கணிதத்தையும், அதற்கடுத்து ஆப்பிரிக்க வரலாற்றையும் நீங்கள் படிக்கலாம்.

பாடங்களைக் கலந்து படித்தல் முதலில் குழப்பமூட்டுவதுபோலத் தோன்றக்கூடும். ஆனால், கணிதப் பாடங்களுக்கும் உடல்ரீதியான பயிற்சிகளுக்கும் இந்த வழிமுறை மிகவும் உதவுவதாக ஆராய்ச்சிகள் சுட்டிக்காட்டுகின்றன.

வழக்கமான வழிமுறையுடன் ஒப்பிடுகையில் கலப்பு வழிமுறையில் ஓர் அனுகூலம் இருக்கிறது: இந்த வழிமுறை, கற்றலிலும், கற்பதைத் தக்கவைத்துக் கொள்வதிலும் 43% அதிகரிப்புக்கு இட்டுச் செல்வதாகப் பரிசோதனைகள் சுட்டிக்காட்டுகின்றன.

இந்த வழிமுறை, ஒரு மாணவனை அவனுடைய சௌகரிய வட்டத்திலிருந்தும் ஒரு சீரான பாணியிலிருந்தும் வெளியே தள்ளுகிறது. இந்த இடையூறு, அந்த மாணவனின் மனத்தில் அதிகத் தாக்கம் ஏற்படுத்துகிறது. கோட்பாடுகளைக் கலப்பது அவற்றுக்கிடையே வலிமையான தொடர்புகளை உருவாக்கி அவற்றை உறுதிப்படுத்துகிறது. பொதுவாக, மாணவர்கள் கோட்பாடுகளைத் தனித்தனித் தகவல் துணுக்குகளாகப் பார்க்கின்றனர். அவற்றுக்கு இடையேயான தொடர்பை அவர்கள் பார்ப்பதில்லை.

ஏற்கனவே கற்பிக்கப்பட்டுள்ள விஷயங்களை மீண்டும் படிப்பது அந்தத் தொடர்புகளைக் கண்டறிய அவர்களுக்கு உதவுவதோடு, பல்வேறு திறமைகளுக்கும் யோசனைகளுக்கும் இடையேயான எதிர்பாராத தொடர்புப் பாலங்களைக் கண்டுபிடிக்கவும் அவர்களை ஊக்குவிக்கிறது.

கலப்பு வழிமுறையில் இரண்டு நன்மைகள் அடங்கியுள்ளன. முதலாவதாக, கோட்பாடுகளுக்கு இடையே வேறுபடுத்திப் பார்ப்பதற்கான மூளையின் திறனை அது மேம்படுத்துகிறது. ஒரு நேரத்தில் ஒரு பாடம் என்ற வழக்கமான வழிமுறையில், தீர்வு என்னவென்பது உங்களுக்குத் தெரிந்துவிட்டால், கடினமான பகுதி முடிந்துவிடும். ஆனால், கலப்பு வழிமுறையில், ஒவ்வொரு பயிற்சி முயற்சியும் முந்தையதிலிருந்து வேறுபடுகிறது. எனவே, தானியங்கி முறையிலான செயல்விடைகள் இங்கு வேலை செய்வதில்லை. மாறாக, உங்கள் மூளை வித்தியாசமான தீர்வுகளைக் கண்டுபிடிப்பதன்மீது தொடர்ந்து கவனம் செலுத்த வேண்டியுள்ளது. இச்செயல்முறை, திறமைகள் மற்றும் கோட்பாடுகளின் முக்கியமான கூறுகளைக் கற்றுக் கொள்வதற்கான உங்கள் திறனைக் கூராக்குகிறது. எனவே, நீங்கள் சரியான செயல்விடையைத் தேர்ந்தெடுத்து அதைச் செயல்படுத்துவதற்கு அது உதவுகிறது.

கலப்பு வழிமுறையானது நினைவுத் தொடர்புகளையும் வலிமைப்படுத்துகிறது. வழக்கமான நேரத் தொகுதி வழிமுறையில், ஒரு நேரத்தில் ஒரே ஓர் உத்தியை மட்டுமே நீங்கள் உங்களுடைய குறுகியகால நினைவகத்தில் தாங்கிக் கொள்ள வேண்டியிருக்கும். கலப்பு வழிமுறையில், முயற்சிக்கு முயற்சி தீர்வு மாறுவதால், உத்திகளும் எப்போதும் வெவ்வேறாக இருக்கும். எனவே, உங்கள் மூளை, வெவ்வேறு செயல்விடைகளை முடுக்கிவிட்டு, அவற்றை உங்கள் குறுகியகால நினைவகத்திற்குள் கொண்டுவருவதில் தொடர்ந்து மும்முரமாக இருக்கிறது. இது ஒரு துடிப்பான, அதிகச் சவாலான அணுகுமுறை. ஆனால், இது பல்வேறு செயல்கள் மற்றும் செயல்விடைகளுக்கு இடையேயான

நரம்பியத் தொடர்புகளை வலிமைப்படுத்துகிறது. இதன் விளைவாக, உங்கள் கற்றல் மெருகேறவும் மேம்படவும் செய்கிறது.

இடைவெளியுடன்கூடிய மீள்செய்கை

இது ஒரு விஷயத்தை ஒரு குறிப்பிட்ட இடைவெளியில் மீண்டும் மீண்டும் செய்வதாகும்.

அதிகமான தகவல்களை நினைவில் பதிய வைப்பதற்கும், பின்னர் அவற்றைச் சிறப்பாக நினைவுகூர்வதற்கும் இடைவெளியுடன்கூடிய மீள்செய்கை உதவுகிறது. அதாவது, ஒரு விஷயத்தைத் ஒரு வார-இறுதியில் இருபது மணிநேரம் படிப்பதைவிட, தினமும் ஒரு மணிநேரம் படிப்பது அதை நீங்கள் சிறப்பாக நினைவில் பதிய வைத்துக் கொள்ள உதவும். நீங்கள் கற்க விரும்புகின்ற எதுவொன்றுக்கும் இது பொருந்தும். மேலும், ஒன்றை ஒரு நாளில் 20 முறை பார்ப்பதைவிட, அதை ஏழு நாள்களின் ஊடாக 10 முறை பார்ப்பது அதை அதிகமாக நினைவில் பதிய வைத்துக் கொள்ள உதவுகிறது என்று கூடுதல் ஆராய்ச்சி வெளிக்காட்டியுள்ளது.

உங்கள் மூளையை ஒரு தசையாக நீங்கள் கற்பனை செய்தால் இப்பயிற்சி அதிக அர்த்தமுள்ளதாக இருக்கும். தசைகளை எல்லா நேரமும் பயிற்றுவித்துக் கொண்டே இருக்க முடியாது. இடையிடையே அவற்றுக்கு ஓய்வு கொடுக்க வேண்டும். கோட்பாடுகளுக்கு இடையே தொடர்புகளை ஏற்படுத்துவதற்கும், தசை நினைவை உருவாக்குவதற்கும், பொதுவாக ஒன்றோடு பரிச்சயப்படுத்திக் கொள்வதற்கும் உங்கள் மூளைக்கு நேரம் தேவைப்படுகிறது. தூக்கத்தின்போது நரம்பியத் தொடர்புகள் ஏற்படுத்தப்படுவது கண்டுபிடிக்கப்பட்டுள்ளது. அது வெறும் மனரீதியானதன்று. உங்கள் மூளையில் நரம்பு இணைப்புகள் உருவாக்கப்பட்டு, டென்ட்ரைட்டுகள் தூண்டப்படுகின்றன.

ஒரு தடகள வீரர் ஒரே நேரத்தில் அளவுக்கதிகமாகப்

பயிற்சி செய்தால், பின்வரும் இரண்டு விஷயங்களில் ஒன்று நிகழும். அவர் மிகவும் களைத்துப் போவார், அதனால் அந்தப் பயிற்சியின் பின்பாதி பயனற்றதாக இருக்கும். அல்லது, அவர் காயப்படக்கூடும். கற்பதைப் பொறுத்தவரை ஓய்வு தேவை. சில நேரங்களில் நமக்குத் தேவைப்படுவது முயற்சி அன்று.

ஒரு குறிப்பிட்ட இடைவெளியுடன்கூடிய மீள்செய்கை இப்படி இருக்கலாம்:

- **திங்கள் காலை 10:00 மணி:** ஸ்பானிய வரலாறு பற்றிய ஆரம்ப உண்மைகளைக் கற்றுக் கொள்ளுங்கள். ஐந்து பக்கங்கள் குறிப்பெடுங்கள்.
- **திங்கள் இரவு 8:00 மணி:** ஸ்பானிய வரலாறு பற்றிய குறிப்புகளை நினைவுபடுத்திப் படியுங்கள். வெறுமனே மீண்டும் படிப்பதைவிட, நினைவுகூர்ந்து படிப்பது கற்பதற்கான சிறந்த வழி. இதற்கு வெறும் இருபது நிமிடங்களே ஆகும்.
- **செவ்வாய் காலை 10:00 மணி:** உங்களுடைய குறிப்புகளைப் பார்க்காமலேயே தகவல்களை முழுமையாக நினைவுகூர முயற்சி செய்யுங்கள். முடிந்த அளவு நினைவுகூர முயற்சித்தப் பிறகு, உங்கள் குறிப்புகளை எடுத்துப் புரட்டி, நீங்கள் எவற்றையெல்லாம் தவறவிட்டீர்கள் என்று பார்த்துவிட்டு, எவற்றின்மீது நீங்கள் கூடுதல் கவனம் செலுத்த வேண்டும் என்பதைக் கண்டறியுங்கள். இதற்குப் பதினைந்து நிமிடங்கள் ஆகலாம்.
- **செவ்வாய் இரவு 8:00 மணி:** உங்கள் குறிப்புகளை மீள்பார்வை செய்யுங்கள். இதற்குப் பத்து நிமிடங்கள் ஆகலாம்.
- **புதன் மாலை 4:00 மணி:** நீங்கள் குறிப்பெடுத்தத் தகவல்களை முழுமையாக மீண்டும் நினைவுகூர முயலுங்கள். பிறகு உங்கள் குறிப்புகளைப் புரட்டி, நீங்கள் எவற்றை நினைவுகூரத் தவறினீர்கள்

என்று பாருங்கள். இதற்கும் வெறும் பத்து நிமிடங்களே ஆகும்.

- **வியாழன் மாலை 6:00 மணி:** குறிப்புகளை மீள்பார்வை செய்யுங்கள். இதற்குப் பத்து நிமிடங்கள் ஆகும்.
- **வெள்ளி காலை 10:00 மணி:** குறிப்புகளை மீண்டும் முழுமையாக நினைவுகூருங்கள். இதற்குப் பத்து நிமிடங்கள் ஆகும்.

மேற்கண்ட அட்டவணையை நீங்கள் கூர்ந்து கவனித்தால், அந்த வாரம் நெடுகிலும் நீங்கள் கூடுதலாக வெறும் 75 நிமிடங்கள் மட்டுமே படிக்கிறீர்கள் என்பதை நீங்கள் காண்பீர்கள். ஆனால், அந்த மொத்தக் குறிப்புகளை உங்களால் கூடுதலாக ஆறு முறை படிக்க முடிகிறது. அது மட்டுமல்லாமல், நீங்கள் அக்குறிப்புகளில் பெரும்பாலானவற்றை உங்கள் நினைவில் நன்றாகப் பதிய வைத்துவிடுகிறீர்கள். ஏனெனில், அந்தக் குறிப்புகளை வெறுமனே மீள்பார்வை செய்வதற்குப் பதிலாக, நீங்கள் அவற்றை நினைவுகூர்கிறீர்கள்.

அடுத்தத் திங்களன்று ஒரு பரீட்சைக்கு நீங்கள் இப்போது தயாராகிவிட்டீர்கள். உண்மையில், வெள்ளிக்கிழமை மதியமே நீங்கள் தயார்தான். ஒரு குறிப்பிட்ட இடைவெளியுடன்கூடிய மறுசெய்கை, கோட்பாடுகளை உள்வாங்கிக் கொண்டு தன்னுடைய சொந்தத் தொடர்புகளை உருவாக்கிக் கொள்வதற்கான நேரத்தை உங்கள் மூளைக்குக் கொடுக்கிறது. நீங்கள் மீண்டும் மீண்டும் அக்குறிப்புகளை மீள்பார்வை செய்வதுதான் அதற்குக் காரணம்.

ஒரு கோட்பாட்டை நீங்கள் மீண்டும் மீண்டும் படிக்கும்போது என்ன நிகழ்கிறது என்பதைப் பற்றிச் சிந்தியுங்கள். முதல் இரண்டு முறை நீங்கள் படிக்கும்போது, புதிதாக எதையும் நீங்கள் பார்க்காமல் போகலாம். அக்கோட்பாடு உங்களுக்கு நன்றாகப் பரிச்சயமாகும்போது, நீங்கள் அதை ஓர் ஆழமான நிலையில் ஆய்வு செய்யவும், அதைச் சூழ்ந்துள்ள

உள்ளடக்கத்தைப் பற்றிச் சிந்திக்கவும் தொடங்குகிறீர்கள். பிறகு, அதைப் பிற கோட்பாடுகளோடு அல்லது தகவல்களோடு நீங்கள் தொடர்புபடுத்தத் தொடங்குகிறீர்கள். இப்போது நீங்கள் அக்கோட்பாட்டை வெறுமனே மேலோட்டமாகப் பார்ப்பதை விடுத்து, அதை ஆழமாகப் புரிந்து கொள்ளத் தொடங்குகிறீர்கள்.

இந்தப் பயிற்சிகளெல்லாம். தகவல்களை உங்களுடைய குறுகியகால நினைவகத்திலிருந்து உங்களுடைய நீண்டகால நினைவகத்திற்குள் தள்ளுவதற்காக வடிவமைக்கப்பட்டவைதாம். அதனால்தான், தேர்வு வரும்போது கடைசி நிமிடத்தில் மாங்குமாங்கென்று மனப்பாடம் செய்வதோ அல்லது விழுந்து விழுந்து படிப்பதோ கற்றலுக்கான சிறப்பான வழியாக இருப்பதில்லை.

நீங்கள் ஒன்றைக் கற்றுக் கொள்ளத் தொடங்கும்போது, அதன்மீது நீங்கள் எத்தனை மணிநேரத்தைச் செலவிடுகிறீர்கள் என்பதைக் கணக்கிடுவதற்குப் பதிலாக, தொடக்கத்தில் அதைக் கற்றப் பிறகு எத்தனை முறை அதை நீங்கள் மீண்டும் மீண்டும் படித்தீர்கள் என்பதை அளவிட முயற்சி செய்யுங்கள். மீள்பார்வை செய்வதை அதிகரிப்பது உங்கள் இலக்காக இருக்கட்டும். இரண்டும் முக்கியம்தாம், ஆனால் ஒரு குறிப்பிட்ட இடைவெளியில் ஒன்றை மீண்டும் மீண்டும் படிப்பது அதை எளிதாக மனத்தில் பதிய வைக்கவும் சுலபமாக நினைவுகூரவும் பேருதவியாக இருக்கும்.

சுய விளக்கம்

சுய விளக்கம் என்பது வாய்விட்டு உரக்கச் சிந்திப்பதாகும். ஒருவர், தான் ஒரு பிரச்சனையைப் புரிந்து கொள்கின்ற அல்லது தீர்க்கின்ற விதத்தை விளக்கி, தன்னுடைய தேர்ந்தெடுப்புகளுக்கான காரணங்களை நிலைப்படுத்தி, அவற்றைப் பதிவு செய்து வைத்துக் கொள்வதை உள்ளடக்கியது இது.

விலாவாரியான ஒரு விசாரணையைப்போலவே,

சுய விளக்கமும் பல கேள்விகளை உள்ளடக்கிய ஒன்று. ஆனால், இந்தக் கேள்விகள், தீர்வைக் கண்டுபிடிக்க நீங்கள் எவ்வாறு திட்டமிட்டுள்ளீர்கள் என்பதைப் பற்றியவையே அன்றி, நீங்கள் படித்துள்ள அல்லது நினைவில் வைத்துள்ள தகவல்கள் அல்ல. எடுத்துக்காட்டாக, சுய விளக்கம் இப்படி அமையக்கூடும்:

- **பிரச்சனை என்ன?** நான் ஒரு 'டிஜே'யாகச் செயல்படப் போகின்ற ஒரு திருமணத்தில் நான் இசைக்க விரும்புகின்ற பாடல்களைத் தேர்ந்தெடுத்து நான் ஒரு பட்டியலை உருவாக்கியாக வேண்டும்.
- **சரி, ஒரு திருமணத்தில் இசைப்பதற்கு நான் வழக்கமாக எந்தப் பாடல்களைத் தேர்ந்தெடுப்பேன்?** நான் தேர்ந்தெடுக்கின்ற பெரும்பாலான பாடல்கள், நானே எல்லா நேரமும் ஓடவிட்டுக் கேட்கின்றவைதாம். ஆனால், தம்பதியரும் சில பாடல்களைத் தேர்ந்தெடுத்துக் கொடுப்பர்.
- **அப்படியானால், நான் அவர்களிடம் கேட்க வேண்டும். அதைப் பற்றி நான் அவர்களிடம் பேசிவிட்டேனா?** நேரடியாகக் கேட்கவில்லை. எந்த வகையான இசை அவர்களுக்குப் பிடிக்கும் என்பதைப் பற்றி நாங்கள் சிறிதளவு பேசினோம், ஆனால் குறிப்பாக எந்தப் பாடல்கள் வேண்டும் என்று அவர்கள் கூறவில்லை. நானே ஊகித்துக் கொள்ள வேண்டும் என்று நான் நினைக்கிறேன்.
- **எந்த வகையான இசை அவர்களுக்குப் பிடிக்கும்?** அவர்களுக்கு நவீன நாட்டுப்புற இசை பிடிக்கும்.
- **நான் பணிபுரிந்த முந்தைய திருமண வரவேற்புகளில் நவீன நாட்டுப்புற இசையை நான் இசைத்திருக்கிறேனா?** ஆமாம், ஒரு சில வரவேற்புகளில். ஆனால், நான் நாட்டுப்புறப் பாடல்களைக் கேட்பதில்லை. எனவே, எந்தப் பாடல்களைத் தேர்ந்தெடுப்பது என்பதில் எனக்குத் தெளிவு இல்லை.

- **எந்த நவீன நாட்டுப்புறப் பாடல்களை இசைக்கலாம் என்பதை நான் எப்படிக் கண்டுபிடிப்பது?** கடந்த சில ஆண்டுகளாக எந்தப் பாடல்கள் பிரபலமாக இருந்து வந்துள்ளன என்பதை ஆன்லைன் சார்ட்டுகளில் நான் பார்க்கலாம்.
- **ஆன்லைன் சார்ட்டுகள் எங்கே கிடைக்கும்?** 'பில்போர்ட்' சிறந்தது. விக்கிப்பீடியாவிலும் பார்க்கலாம்.

இந்த வகையான கேள்விகளை நாம் இப்போது நிறுத்திக் கொள்ளலாம். ஏனெனில், இச்சூழ்நிலையில் டிஜேக்கள் செய்ய வேண்டிய விஷயங்கள் இன்னும் எக்கச்சக்கமாக இருக்கின்றன. ஆனால், சுய விளக்கத்தின் கட்டமைப்பு எப்படி இருக்கும் என்பதை இக்கேள்விகள் காட்டுகின்றன. நீங்கள் வாய்விட்டுக் கேள்விகள் கேட்க வேண்டும், சாத்தியமுள்ள தீர்வுகளைக் கண்டுபிடிக்க வேண்டும், அந்தத் தீர்வுகளின் விளைவுகளை ஆய்வு செய்ய வேண்டும், பிறகு ஓர் இறுதி விடையை, விளைவை, அல்லது ஒரு செயல்திட்டத்தை உருவாக்க வேண்டும்.

சுய விளக்கத்தின் மிக வெளிப்படையான பண்பு அதன் எளிமை. நம்மில் பெரும்பாலானோர், நாள் முழுவதும் ஏதோ ஒரு வகையான அக உரையாடல்களில் ஈடுபட்டுக் கொண்டுதான் இருக்கிறோம். அந்த உரையாடல்களை, பிரச்சனையைத் தீர்க்கும் நோக்கத்தில் வார்த்தைகளில் வடிக்கும்போது, உங்கள் மனம் ஒரு பிரச்சனையை எவ்வாறு கையாள்கிறது என்பதன்மீது உங்கள் கவனத்தைக் குவிக்க அது உங்களை உந்தித் தள்ளுகிறது.

இந்த வழிமுறை, ஒரு குறிப்பிட்ட விஷயத்தில் உங்களுக்கு உண்மையிலேயே எவ்வளவு புரிதல் உள்ளது என்பதைக் கண்டுபிடிக்கவும் உங்களுக்கு உதவுகிறது.

சுய விளக்கம் முறையாகச் செயல்படுத்தப்பட்டால், நீங்கள் ஒரு தலைப்பை உண்மையிலேயே புரிந்து கொண்டுள்ளீர்களா அல்லது குறிப்பிட்டச் சில முக்கியக்

கோட்பாடுகளை வெறுமனே மேலோட்டமாகப் பார்த்துள்ளீர்களா என்பதை அது நிரூபிக்கும். உங்களுடைய காரணப்படுத்துதல் செயல்முறையை அது கண்காணிக்கிறது. எந்தவொரு விஷயத்திற்கும் இதை நீங்கள் பயன்படுத்தலாம். நீங்கள் எடுத்துக் கொண்டுள்ள விஷயத்தில் எங்கெல்லாம் அறிவுரீதியான இடைவெளிகள் இருக்கின்றன என்பதை அது உங்களுக்குத் திரைவிலக்கிக் காட்டும்.

ஒரு தலைப்பு குறித்த உங்கள் புரிதலை ஆழப்படுத்துவதற்கான ஒரு வழியாக சுய விளக்கம் எளிமையை ஊக்குவிக்கிறது. உங்களுடைய விளக்கங்கள் நீளமாகவோ அல்லது வளவளவென்றோ இருப்பதாக உங்களுக்குத் தோன்றினால், நீங்கள் நினைத்துள்ள அளவுக்கு அந்த விஷயம் குறித்து நீங்கள் சிறப்பாகப் புரிந்து கொண்டிருக்கவில்லை என்று நீங்கள் நம்பலாம்.

எடுத்துக்காட்டாக, கடந்தகால இயற்பியலாளர்கள் நிகழ்த்திய சோதனைகளின் ஆழமான விவரங்களை மேற்கோள் காட்டி, குவாண்டம் இயக்கவியல் பற்றி நீங்கள் அளவுக்கதிகமாக விளக்கிக் கொண்டிருப்பதை நீங்கள் கண்டால், தேவையற்ற விவரிப்புகளை நீக்கிவிட்டு, அதன் மையக் கோட்பாட்டை மட்டும் விளக்க முயற்சி செய்யுங்கள். குவாண்டம் இயக்கவியலின் எந்தவோர் அம்சத்தையும் விளக்க இம்முறையை நீங்கள் பயன்படுத்திக் கொள்ளலாம்.

சுய விளக்கமளித்தல், அறிவியல் மற்றும் தொழில்நுட்பம் தொடர்பான விஷயங்களில் குறிப்பாகப் பயனுள்ளதாக இருந்தாலும், எந்தவொரு துறைக்கும் தகவமைக்கப்படக்கூடிய ஒன்று இது. இலக்கியம் படிக்கும் மாணவர்கள், தங்களுடைய கருப்பொருள்களைச் சுருக்கமாக எடுத்துரைப்பதற்கு இதைப் பயன்படுத்தலாம். வரலாறு படிக்கும் மாணவர்கள், வரலாற்று நிகழ்வுகளையும் வரலாற்றின் போக்குகளையும் விளக்க இதைப் பயன்படுத்தலாம். குடிமையியல் மாணவர்கள், வாழ்க்கைச் சூழ்நிலைகளையும் நகர்ப்புறப் பிரச்சனைகளையும் புரிந்து கொள்ள இதைப் பயன்படுத்தலாம். சுய

விளக்கத்தை எதற்குப் பயன்படுத்தலாம் என்பதற்கு எந்தக் கட்டுப்பாடும் இல்லை.

பிரபல இயற்பியலாளரான ரிச்சர்டு ஃபெயின்மனின் பெயரில் அழைக்கப்படுகின்ற 'ஃபெயின்மன் உத்தி,' சுய விளக்கத்தின் ஒரு குறிப்பிட்டப் பயன்பாடாகும். அது நான்கு நடவடிக்கைகளை உள்ளடக்கியுள்ளது:

முதல் நடவடிக்கை: உங்கள் கோட்பாட்டைத் தேர்ந்தெடுங்கள்.

ஃபெயின்மன் உத்தி மிகப் பரவலாகப் பயன்படுத்தப்படக்கூடியது. எனவே, நாம் இந்தப் பகுதி முழுவதும் பயன்படுத்தக்கூடிய ஒன்றை நாம் தேர்ந்தெடுக்கலாம்: ஈர்ப்பு விசை. நாம் ஈர்ப்பு விசையின் அடிப்படைகளைப் புரிந்து கொள்ளவோ அல்லது இன்னொருவருக்கு விளக்கவோ விரும்புவதாக வைத்துக் கொள்வோம்.

இரண்டாவது நடவடிக்கை: அக்கோட்பாட்டின் ஒரு விளக்கத்தை எளிய தமிழில் எழுதிக் கொள்ளுங்கள்.

இது எளிதானதா அல்லது கடினமானதா? இது உண்மையிலே மிக முக்கியமான ஒரு நடவடிக்கை. ஏனெனில், ஈர்ப்பு விசைக் கோட்பாட்டைப் பற்றி நீங்கள் புரிந்து கொண்டுள்ளவற்றையும் புரிந்து கொள்ளாதவற்றையும் இது துல்லியமாகக் காட்டும். விளக்கத்தை உங்களால் முடிந்தவரை எளிமையாக, ஆனால் துல்லியமாக எழுதுங்கள். ஈர்ப்பு விசையைப் பற்றி எதுவும் தெரியாத ஒருவர்கூடப் புரிந்து கொள்ளக்கூடிய விதத்தில் அதை விளக்குங்கள்.

உங்களால் அதை அப்படி விளக்க முடியுமா? அல்லது, "இது வந்து... இது ஈர்ப்பு விசை!" என்று நீங்கள் கூறுவீர்களா? நீங்கள் எங்கே தடுமாறுகிறீர்கள், உங்கள் விளக்கம் எங்கே பிசுபிசுக்கத் தொடங்குகிறது என்பதைக் கண்டறிய இந்த நடவடிக்கை உங்களுக்கு உதவும். இந்த இரண்டாம் நடவடிக்கையை உங்களால் மேற்கொள்ள

முடியாவிட்டால், ஈர்ப்பு விசையைப் பற்றி உங்களுக்கு அவ்வளவாகத் தெரியவில்லை என்பது வெளிப்படை. அதை இன்னொருவருக்கு விளக்குவது உங்களுக்குச் சாத்தியப்படாது. பொருள்கள் ஈர்ப்பு விசையை எதிர்கொள்ளும்போது என்ன நிகழ்கிறது என்பதையும், ஈர்ப்பு விசை இல்லாதபோது பொருள்களுக்கு என்ன நேர்கிறது என்பதையும் உங்களால் விளக்க முடியக்கூடும். ஆனால், அவற்றுக்கு இடையே நிகழ்கின்ற மற்ற விஷயங்கள் உங்களுக்குத் தெரியும் என்று அனுமானித்துக் கொண்டு, ஆனால் அவற்றைப் பற்றித் தெரிந்து கொள்வதை நீங்கள் தொடர்ந்து அலட்சியப்படுத்திக் கொண்டே போகிறீர்கள்.

மூன்றாம் நடவடிக்கை: நீங்கள் தவறுகின்ற இடங்களைக் கண்டுபிடியுங்கள்.

முந்தைய நடவடிக்கையில் ஈர்ப்பு விசையைப் பற்றிய ஒரு சிறு விவரிப்பை உங்களால் வழங்க முடிந்திருக்காவிட்டால், அக்கோட்பாட்டைப் பற்றிய உங்களுடைய அறிவில் பெரிய இடைவெளிகள் இருக்கின்றன என்பது தெளிவு. ஈர்ப்பு விசையைப் பற்றி ஆராய்ச்சி செய்து, அதை ஓர் எளிய வழியில் விவரிப்பதற்கான ஒரு வழியைக் கண்டுபிடியுங்கள். "பெரிய பொருள்கள் தம்முடைய எடை மற்றும் நிறையின் காரணமாகச் சிறிய பொருள்களை ஈர்ப்பதற்குக் காரணமான விசை அது," என்று நீங்கள் விளக்கக்கூடும். உங்களால் எவற்றையெல்லாம் விளக்க முடியவில்லையோ, அவை நீங்கள் தவறுகின்ற இடங்களாகும். அவற்றை நீங்கள் சரி செய்ய வேண்டும்.

தகவல்களை ஆய்வு செய்து ஓர் எளிய வழியில் அவற்றை விளக்க முடிவது உங்கள் அறிவையும் புரிதலையும் வெளிப்படுத்துகிறது. ஒன்றை ஒரே ஒரு வாக்கியத்தில் உங்களால் தொகுத்துக் கூற முடியாவிட்டால், குறைந்தபட்சம் சுருக்கமாகவும் தெளிவாகவும் அதை விளக்க முடியாவிட்டால், அதைப் பற்றி நீங்கள் கற்றுக் கொள்ள வேண்டியவை ஏராளம் இருக்கின்றன என்று அர்த்தம்.

நான்காம் நடவடிக்கை: ஓர் ஒப்புமையைப் பயன்படுத்துங்கள்.

இறுதியாக, அக்கோட்பாட்டிற்கு ஓர் ஒப்புமையை உருவாக்குங்கள். கோட்பாடுகளுக்கு இடையே ஒப்புமைகளை உருவாக்குவதற்கு, அக்கோட்பாடுகள் ஒவ்வொன்றின் முக்கியப் பண்புகளையும் கூறுகளையும் பற்றிய ஒரு புரிதல் தேவை. நீங்கள் அதை ஓர் ஆழமான நிலையில் புரிந்துள்ளீர்களா என்பதைக் கண்டுபிடிப்பதற்கும், அதை விளக்குவதை எளிதாக்குவதற்குமான நடவடிக்கைதான் இது. உங்களுடைய புரிதலுக்கான உண்மையான சோதனையாக இதை நீங்கள் பார்க்கலாம். நீங்கள் திணறுகின்ற விஷயங்கள் இன்னும் இருக்கின்றனவா என்பதை இந்த நடவடிக்கை உங்களுக்குத் தெளிவுபடுத்திவிடும்.

எடுத்துக்காட்டாக, புவியீர்ப்பு விசை என்பது, நீங்கள் ஒரு குளத்திற்குள் உங்கள் காலை வைக்கும்போது, மேற்பரப்பில் விழுந்து மிதந்து கொண்டிருக்கின்ற இலைகள் உங்கள் பாதத்தை நோக்கி ஈர்க்கப்படுவதைப் போன்றது. ஏனெனில், பார்வைக்கு அவ்வளவாகப் புலப்படாத ஒரு தாக்கத்தை அது ஏற்படுத்துகிறது. அந்தத் தாக்கம்தான் ஈர்ப்பு விசை.

இந்த நான்காம் நடவடிக்கை, புதிய தகவல்களைப் பழைய தகவல்களோடு தொடர்புபடுத்தி, கோட்பாட்டை நீங்கள் அதிக ஆழமாகப் புரிந்து கொள்ளவும் விளக்கவும் உங்களுக்கு உதவுகிறது. உங்களுக்கு உண்மையிலேயே தெரிந்துள்ளவற்றையும், உங்களுக்குத் தெரியும் என்று நீங்கள் நினைத்துக் கொண்டிருப்பவற்றையும் கண்டறிவதற்கு ஃபெயின்மன் உத்தி ஒரு விரைவான வழி. உங்களுடைய அறிவை உறுதிப்படுத்திக் கொள்ள இது உதவுகிறது.

பயிற்சிக்கான நேரத்தை உருவாக்கிக் கொள்ளுதல்

நீங்கள் கற்றுக் கொண்டுள்ள புதிய திறமையில் நீங்கள் கைதேர்ந்தவராக ஆகிவிட்டதாக நீங்கள் நினைத்தாலும்,

அதைப் பயிற்சி செய்வதும், அதைப் பற்றி அதிகமாகக் கற்றுக் கொள்வதும்தாம் அதில் உண்மையான மேதைமைக்கு இட்டுச் செல்லும். அதன்படி, உங்கள் திறமையை மேலும் பயிற்சி செய்து மெருகேற்றிக் கொள்வதற்கு உங்களால் முடிந்த அளவு நேரத்தைப் பிரக்ஞையோடு நீங்கள் ஒதுக்கிக் கொள்ள வேண்டும். அந்த நேரத் தொகுதிகளை உங்கள் வாழ்விற்குள் புகுத்துவதற்கான வழிகளை இப்பகுதியில் நாம் பார்க்கலாம்.

அட்டவணைப்படுத்துங்கள்: நேரத்தை ஒதுக்குவதற்கான மிக எளிதான வழி, அதை அட்டவணைப்படுத்துவதுதான்.

இந்தப் பரிந்துரை வெளிப்படையானதாகவும் அற்பமானதாகவும் தோன்றக்கூடும், ஆனால் நாம் அடிக்கடி மறந்துவிடுகின்ற உத்தி இது. ஆனால், குறிப்பாக ஆறாம் அத்தியாயத்தில் நாம் விவாதித்த நினைவூட்டிகளுடன் சேர்த்து இதை நாம் பயன்படுத்தும்போது, ஒரு குறிப்பிட்ட இடைவெளியில் சிறிதளவு தனிப்பட்ட நேரத்தை ஒதுக்கிக் கொள்ள நமக்கு உதவுவதில் இது ஆற்றல்மிக்கதாக இருக்கும்.

உங்களுடைய திறமைப் பயிற்சிக்கென்று தனியாக, அடுத்த ஒரு சில மாதங்களின் ஊடாக, திட்டமிடப்பட்ட நேரத்தை ஒதுக்கிக் கொள்ளுங்கள். எடுத்துக்காட்டாக, திங்கள் இரவில் வேலைகளையெல்லாம் முடித்தப் பிறகு; புதன் மதியத்தில் குழந்தைகள் பள்ளியில் இருக்கும்போது; சனிக்கிழமை காலை உணவுக்குப் பிறகு. உங்களுக்கு எந்த நேரம் சரிப்பட்டு வருமோ, அதை முறையாகத் திட்டமிட்டு ஒதுக்கிக் கொள்ளுங்கள். வாரத்திற்கு மூன்று நாள்கள் என்பதற்குப் பதிலாக, தினமும் ஒரு குறிப்பிட்ட நேரத்தை ஒதுக்குவது உங்களுக்கு வசதியாக இருந்தால், அதுவும் சரிதான்.

நீங்கள் எந்த நேரத்தைத் திட்டமிட்டாலும் சரி, மிகவும் அவசியமானாலொழிய அதை மாற்றவோ அல்லது இரத்து செய்யவோ முனையாதீர்கள். இதுதான் மிகவும் சிக்கலானது. ஏதேனும் நெருக்கடியோ அல்லது அவசர வேலையோ வரத்தான் செய்யும்.

ஆனால், வேலை நேரத்திற்குப் பிறகு நேராக வீட்டிற்கு வந்து பயிற்சி செய்வதை விடுத்து, நண்பர்களுடன் அரட்டையடிப்பதற்கு நீங்கள் தூண்டப்படவும் வாய்ப்புள்ளது. எனவே, இங்கு நீங்கள் எச்சரிக்கையாக இருக்க வேண்டும்.

நீங்கள் திட்டமிட்டுள்ள நேரம் உங்களுடைய தேவைகளை நிறைவேற்றுவதற்கானது. எக்காரணம் கொண்டும் நீங்களும் உங்கள் நண்பர்களும் அதில் கை வைக்காமல் இருந்தாலொழிய அது உங்களுக்கு வெகுமதியளிக்காது. உங்களுக்கு வேறு ஏதேனும் வேலைகள் முளைத்தால், நீங்கள் முன்கூட்டியே திட்டமிட்டு அட்டவணைப்படுத்தியுள்ள நேரத்தைத் தவிர்த்து மற்ற நேரத்தில் அந்த வேலைகளைச் செய்து கொள்ளுங்கள். இது சுலபமானதுபோலத் தோன்றக்கூடும். ஆனால், இதை நீங்கள் உங்களுக்காக மட்டும் செய்து கொண்டிருக்கவில்லை. நீங்கள் உங்களுடைய முன்னுரிமைகளை மற்றவர்களுக்குத் தெரியப்படுத்திக் கொண்டிருக்கிறீர்கள். அவர்கள் உங்களுடைய தேவைகளை மதிப்பார்கள் என்று நான் நம்புகிறேன்.

தீவிரமாக அட்டவணைப்படுத்துங்கள்: உங்கள் திறமையில் நிபுணத்துவம் பெறுவதில் நீங்கள் அடுத்த நிலைக்குச் செல்ல விரும்பினால், உங்களுடைய அன்றாட அட்டவணையை மிகவும் முன்கூட்டியே திட்டமிட்டு ஒழுங்கமைத்துவிடுங்கள். உங்களுடைய பயிற்சி நேரத்தை மட்டுமல்லாமல், நாளின் ஊடாக நீங்கள் செய்ய வேண்டிய அனைத்து வேலைகளையும் அட்டவணைப்படுத்திவிடுங்கள். மிகவும் மும்முரமான மக்கள், ஒரு வாரத்தின் முக்கால்வாசியை, அந்த வாரம் தொடங்குவதற்கு முன்பே, முந்தைய ஞாயிறன்றோ அல்லது அதற்கு முன்னதாகவோகூடத் திட்டமிட்டுவிடுகின்றனர். அவர்கள் நீண்டகால நோக்கில் திட்டமிடுகின்றனர்.

நீங்கள் அட்டவணைப்படுத்தியுள்ளதுபோல நீங்கள் செயல்படும்போது, தேவையில்லாமல் உங்களிடம் கடுமையாக நடந்து கொள்ளாதீர்கள். ஒரு குறிப்பிட்ட

நேரத் தொகுதிக்குள் உங்களால் என்ன செய்ய முடியும் என்பது குறித்து யதார்த்தமாக இருக்க முயலுங்கள். விஷயங்களைச் செய்வதற்கு உங்களுக்கு எவ்வளவு நேரம் ஆகும், உங்களுக்கு எவ்வளவு நேர இடைவேளைகள் தேவைப்படும், ஒரு வேலையிலிருந்து இன்னொரு வேலைக்கு நகர்வதற்கு இடையே உங்களுக்கு எவ்வளவு நேரம் தேவைப்படும் ஆகியவை குறித்து நியாயமாக நடந்து கொள்ளுங்கள். உங்கள் கற்றல் மற்றும் பயிற்சி நேரத்தை அதற்கேற்பத் திட்டமிட்டுக் கொள்ளுங்கள். எடுத்துக்காட்டாக:

- **மாலை 4:00 மணி:** தினசரிச் சந்திப்புக்கூட்டம்
- **மாலை 5:00 மணி:** அலுவலகம் முடிந்து வீட்டிற்குப் பயணித்தல்
- **மாலை 6:00 மணி:** இரவு உணவு
- **இரவு 7:00 மணி:** குழந்தைகளுக்குக் கதைகள் வாசித்து அவர்களைத் தூங்கச் செய்தல்
- **இரவு 7:15 மணி:** ஓய்வெடுத்தல்
- **இரவு 7:45 மணி:** மட்பாண்டம் செய்தல் பயிற்சி
- **இரவு 9:00 மணி:** மட்பாண்டம் செய்தல் பயிற்சியை முடித்துவிட்டுக் குளித்தல்
- **இரவு 9:15 மணி:** தனிப்பட்ட மின்னஞ்சல்களைப் படித்து அவற்றுக்குப் பதிலளித்தல்
- **இரவு 9:30 மணி:** தொலைக்காட்சி பார்த்தல்
- **இரவு 10:00 மணி:** தூங்கச் செல்லுதல்

இதை விடாமல் கடைபிடிப்பதுதான் இப்பயிற்சியில் முக்கியமான விஷயம். உங்களிடம் சுய ஒழுங்கையும் பொறுப்பையும் வளர்த்தெடுப்பதற்கான ஒரு சிறந்த வழி இது.

சிறிய நேரத் தொகுதிகளில் பயிற்சி செய்யுங்கள்: மிகப் பிரபலமான திட்டமிடல் உத்திகளில் ஒன்று போமோடோரோ உத்தி. ஒரு தக்காளியைப்போலக்

காட்சியளிக்கின்ற ஒரு சமையலறை டைமர் கடிகாரத்திலிருந்து அது அப்பெயரைப் பெற்றுள்ளது. இந்த உத்தியைக் கண்டுபிடித்தத் தொழிலதிபர் ஃபிரான்செஸ்கோ சிரில்லோ தன்னுடைய பயிற்சிக்கு இந்தச் சாதனத்தைத்தான் பயன்படுத்தினார். நீங்கள் அதே போன்ற வேறு ஏதேனும் ஒரு நேரச் சாதனத்தைப் பயன்படுத்தலாம்.

அந்த உத்தி பின்வருமாறு வேலை செய்கிறது: 25 நிமிடங்களுக்கு ஒரு டைமர் வைத்துக் கொள்ளுங்கள். அது தொடங்கியவுடன், உங்கள் வேலையை அல்லது பயிற்சியைத் தொடங்குங்கள். அந்த நேரம் முழுக்கத் தீவிரமாகச் செயல்படுங்கள். அந்த டைமர் முடிந்தவுடன், எழுந்து ஓர் ஐந்து நிமிட இடைவேளை எடுத்துக் கொண்டு உங்களை ஆசுவாசப்படுத்திக் கொள்ளுங்கள், அல்லது கை-கால்களை நீட்டி மடக்குங்கள், அல்லது ஒரு குட்டி நடை நடந்துவிட்டு வாருங்கள். பிறகு உங்கள் இருக்கைக்குத் திரும்பிச் சென்று, மீண்டும் 25 நிமிடங்களுக்கு ஒரு டைமர் வைத்துக் கொள்ளுங்கள். மீண்டும் வேலை செய்யுங்கள். இப்படி இந்தப் போமோடோரோ சுழற்சியை நான்கு முறை செய்த பிறகு, 15-30 நிமிடங்களுக்கு ஒரு நீண்ட இடைவேளை எடுத்துக் கொள்ளுங்கள். பிறகு மீண்டும் தொடங்குங்கள்.

இந்தப் போமோடோரோ உத்தி சிறப்பாகப் பலனளிக்கிறது. ஏனெனில், ஒரு குறுகிய நேரத்திற்கு நீங்கள் உங்கள் முழுக் கவனத்தையும் செலுத்திச் செயல்படுகிறீர்கள். இந்த உத்தியைக் கொண்டு ஏராளமான விஷயங்களைச் சாதிக்கலாம்.

எழுதுவதற்கு நான் இந்த உத்தியைப் பயன்படுத்தியுள்ளேன். குறிப்பாக, நான் ஏராளமாக ஆராய்ச்சி செய்ய வேண்டிய தலைப்புகளுக்கு நான் இதைப் பயன்படுத்துகிறேன். உண்மையில், இதை நான் ஒவ்வொரு நிமிடமும் பயன்படுத்துகிறேன். இது ஆற்றல்மிக்கது. ஒரு திறமையைக் கைவசப்படுத்துவதற்கு நீங்கள் இந்தப் போமோடோரோ உத்தியைப் பயன்படுத்தும்போது, அது உங்கள் திறன்களை வேகமாக மேம்படுத்துகிறது. போமோடோரோ உத்தியைத் தினமும்

மூன்று முறையாவது பயன்படுத்த முயற்சி செய்யுங்கள்.

பல்வேறு ஊடகங்கள் மூலம் கற்றுக் கொள்ளுங்கள்

பல்வேறு கற்றல் பாணிகளைக் கலந்து பயன்படுத்துவது ஒரு நல்ல யோசனை என்பதை முந்தைய ஓர் அத்தியாயத்தில் நாம் சுருக்கமாகப் பார்த்தோம். இது கற்றல் பிரமிடு கோட்பாட்டை அடிப்படையாகக் கொண்டது. ஒவ்வோர் உத்தியையும் பயன்படுத்தி மாணவர்கள் எவ்வளவு அறிவைத் தக்கவைத்துக் கொள்கிறார்கள் என்பதன் அடிப்படையில் அது அனைத்துக் கற்றல் வழிமுறைகளையும் ஆற்றலின் அடிப்படையில் வரிசைப்படுத்துகிறது.

மாணவர்கள் ஒரு விரிவுரையில் கற்றுக் கொள்வதில் 5% மட்டுமே தக்கவைத்துக் கொள்கின்றனர், ஆடியோ-விஷுவல் மூலமாகக் கற்பதில் 20% தக்கவைத்துக் கொள்கின்றனர், பயிற்சியின் மூலம் 75% தக்கவைத்துக் கொள்கின்றனர் என்று அந்தப் பிரமிடு கூறுகிறது. அந்தப் பிரமிடின் மேல்மட்ட நான்கு நிலைகளில் இருப்பவை: விரிவுரை, வாசித்தல், ஆடியோ-விஷுவல் கற்றல் மற்றும் செயல்விளக்கம். அதன் கீழ்மட்ட மூன்று நிலைகளில் இருப்பவை: கலந்துரையாடல், பயிற்சி, மற்றும் மற்றவர்களுக்குக் கற்பித்தல்.

இந்தக் கற்றல் பிரமிடு துல்லியமானது என்பதற்கு எந்தவொரு திட்டவட்டமான அறிவியல் ஆதாரமும் இல்லை என்பது இங்குக் கவனிக்கப்பட வேண்டும். இது வெறும் கோட்பாடுதான். கல்வியாளர்கள் இதன் செயல்பாடு குறித்து முரண்படுகின்றனர். இந்தக் கற்றல் பிரமிடு துல்லியமாகச் சரியாக இருக்கிறதா என்பதன்மீது பல்வேறு மாறிலிகள் தாக்கம் ஏற்படுத்தக்கூடும்.

இருப்பினும், எனக்கு இந்த யோசனை பிடித்திருக்கிறது. இந்தப் பிரமிடின் விளக்கத்தில் அப்படியொன்றும் பெரிய தவறு எதுவும் இல்லை. பல்வேறு ஊடகங்களைக் கலந்து படிப்பது மிகவும் நல்ல யோசனை என்பதில் நான் உடன்படுகிறேன். அந்தப் பிரமிடின் ஏழு நிலைகளையும் இப்போது நாம்

சுருக்கமாகப் பார்க்கலாம்:

விரிவுரைகளைக் கேட்டல் (5% தக்கவைப்பு): இந்த வகையான கற்றல், விஷயங்களை நினைவு வைத்துக் கொள்வதில் மிகக் குறைவான தாக்கமே ஏற்படுத்துகிறது. தொழில்நுட்பம் வளர வளர, இந்த வகையான கற்றல் மேன்மேலும் அற்பமானதாக ஆகி வருகிறது. ஆனால், வகுப்பிற்குப் போகாமல் இருப்பதற்கு இதை ஒரு சாக்குப்போக்காக நிச்சயமாகப் பயன்படுத்த முடியாது.

சில திறமைகளைக் கைவசப்படுத்துவதில் விரிவுரைகள் ஓர் இன்றியமையாத அம்சமாக இல்லை. பொதுவாக, ஒரு குறிப்பிட்டத் திறமையின் கோட்பாட்டைப் பற்றிய விரிவுரைகள், உங்கள் கற்றலின் தொடக்கத்தில் மட்டுமே தேவைப்படுகின்றன. கோட்பாட்டை அறிந்து கொள்வது உதவிகரமானது, முக்கியமானது; ஆனால், பின்னணி, சூழல், மற்றும் முக்கியத்துவத்தின் புரிதலுக்கு மட்டுமே.

வாசித்தல் (10% தக்கவைப்பு): ஒரு குறிப்பிட்டப் பாடம் பற்றிய புத்தகங்களை வாசிப்பது, குறிப்பாக, நீங்கள் கற்றுக் கொண்டிருக்கின்ற திறமையைப் பற்றிய புத்தகங்களை வாசிப்பது, ஒரு முக்கியமான அம்சம். தச்சு வேலை, தற்காப்புக் கலை, வீடுமனை தொழிலில் பேரப்பேச்சு உத்தி, மீன்பிடித்தல், தோட்டக்கலை என்பன போன்றவற்றைப் பற்றிய ஏகப்பட்டப் புத்தகங்கள் இருக்கின்றன. அவை மதிப்புவாய்ந்த தகவல்களை உள்ளடக்கியுள்ளன. போதிய தகவல்கள் இல்லாமல் இருப்பதைவிட, அதிகமான தகவல்கள் இருப்பது எப்போதுமே நல்லதுதான்.

ஆனால், ஒரு திறமையைப் பற்றி நீங்கள் இந்த உலகிலுள்ள அனைத்துப் புத்தகங்களையும் படித்தால்கூட, அதில் உங்களால் ஒரு மேதையாக ஆக முடியாது. நீங்கள் அவற்றை நடைமுறையில் செயல்படுத்திப் பயிற்சி செய்தாக வேண்டும். நீங்கள் படிப்பவற்றை உங்களுடைய சொந்த யோசனைகளோடும், அவதானிப்புகளோடும், வாழ்க்கை அனுபவங்களோடும் நீங்கள் தொடர்புபடுத்திப் பார்க்க வேண்டும். நீங்கள் படிக்கின்ற எதுவொன்றுக்கும் இது பொருந்தும்.

ஆடியோ-விஷுவல் கற்றல் (20% தக்கவைப்பு): இந்த வகையான கற்றலில், உங்களுக்குப் பிடித்தமான தலைப்புகள் பற்றிய, முன்கூட்டியே பதிவு செய்யப்பட்ட நிகழ்ச்சிகளை நீங்கள் கேட்கவோ அல்லது பார்க்கவோ செய்கிறீர்கள். விவாதத் திறமையை வளர்த்துக் கொள்ள விரும்புபவர்கள், அரசியல் வரலாறு பற்றிய ஒலிப்புத்தகங்களைக் கேட்கலாம். சமையல் கற்றுக் கொள்ள விரும்புபவர்கள், யூடியூபில் சமையல் காணொளிகளைக் காணலாம்.

உங்கள் அலைபேசி அல்லது மடிக்கணினி வாயிலாக நீங்கள் ஆடியோ-விஷுவல் விஷயங்களைக் கேட்கலாம் அல்லது பார்க்கலாம்.

செயல்விளக்கம் (30% தக்கவைப்பு): ஒரு விஷயம் பற்றி நேரடியாக உங்கள் முன்னால் நிகழ்த்தப்படுகின்ற விளக்கவுரை இது. எடுத்துக்காட்டாக, ஒரு பேரங்காடியில் ஒரு பதார்த்தம் சமைக்கப்பட்டுக் கொண்டே விளக்கப்படுதல், ஒரு பற்றவைப்பு இரும்பைக் கொண்டு கம்பிகளைப் பற்றவைத்தல். தனிப்பட்ட முறையில் பாடங்கள் நடத்துகின்ற ஆசிரியர்கள் செயல்விளக்கம் மூலம் கற்பிக்கின்றனர். வயது வந்தோருக்கான வகுப்புகளிலும் இம்முறையே பின்பற்றப்படுகிறது. முன்கூட்டியே பதிவு செய்யப்பட்ட ஆடியோ-விஷுவல் பாடங்களைவிட இந்தச் செயல்விளக்கங்கள் உங்கள் நினைவில் சிறப்பாகப் பதியும். ஏனெனில், அவை உங்கள் முன்னிலையில் நிகழ்கின்றன. விளக்கிக் கொண்டிருப்பவரிடம் நீங்கள் கேள்வி கேட்டு உங்கள் ஐயங்களைத் தீர்த்துக் கொள்ளலாம். வழிகாட்டிகளும் பயிற்றுவிப்பாளர்களும் பெரும்பாலும் கையாள்கின்ற வழிமுறை இது.

குழு விவாதம் (50% தக்கவைப்பு): இங்கு நீங்கள் உங்கள் சக மாணவர்களுடன் உரையாடுகிறீர்கள். எடுத்துக்காட்டாக, ஒரு காய்கறித் தோட்டம் போட ஒரு குழுவாகக் கற்றுக் கொண்டிருக்கின்ற மாணவர்கள் தங்களுக்கிடையே அது பற்றி நிறைய உரையாட வேண்டியிருக்கும். அவர்கள் அதன் மூலம் பல விஷயங்களைக் கற்கின்றனர், சேர்ந்து பயிற்சி

செய்கின்றனர். ஒரு குழுவாக ஓர் அந்நிய மொழியைக் கற்றுக் கொள்வதிலும் இது உண்மையாக இருக்கிறது.

உங்கள் திறமையை, அத்திறமையில் உங்களுக்குக் கீழான நிலையில் இருப்பவர்களுடனும் உங்களுக்கு மேலான நிலையில் இருப்பவர்களுடனும் கலந்து விவாதிப்பது, நீங்கள் எதில் மேம்பட வேண்டும் என்பதை நீங்கள் புரிந்து கொள்ளவும் அதைப் பயிற்சி செய்யவும் உங்களுக்கு உதவும். நீங்கள் எல்லோருமே ஒரே மனநிலையில் உள்ள மாணவர்கள்தாம். ஆனால், நீங்கள் செய்பவற்றில் உங்கள் அணுகுமுறைகள் வெவ்வேறாக இருக்கின்றன. எடுத்துக்காட்டாக, எழுத்தாளர்களாக ஆவதற்குப் பயிற்சி பெற்றுக் கொண்டிருக்கின்ற ஒரு குழுவினரால், ஒரே விஷயத்தை மற்ற எழுத்தாளர்கள் எவ்வாறு பல்வேறு கோணங்களிலிருந்து அணுகுகிறார்கள் என்பதை வெளிப்படுத்த முடியும், நீங்கள் நினைத்திராத விஷயங்களைப் பற்றிய கேள்விகளை எழுப்ப முடியும். இவையெல்லாம் உங்கள் கற்றல் வேகத்தை அதிகரிக்கும்.

நிஜ-வாழ்க்கை அனுபவம் (75% தக்கவைப்பு): திறமையைத் தினசரி வாழ்க்கைக்குள் நடைமுறைப்படுத்திப் பயிற்சி செய்வதுதான் ஒரு புதிய திறமையைக் கற்றுக் கொள்வதற்கான மிகவும் தர்க்கரீதியான மற்றும் உதவிகரமான நடவடிக்கை என்பதில் சந்தேகமில்லை. உங்கள் காரை நீங்களே பழுது பார்ப்பது, ஒரு ஸ்வெட்டர் பின்னுவது, பியானோ வாசிப்பது என்று உங்கள் கைகளைப் பயன்படுத்தி ஒரு வேலையைச் செய்து முடிப்பது காலப்போக்கில் நீங்கள் அதில் கைதேர்ந்தவராக ஆவதற்கான உறுதியான ஒரு வழியாகும். இந்த எடுத்துக்காட்டுகள், உங்கள் திறமை இவ்வுலகில் உண்மையிலேயே எவ்வாறு செயல்படுத்தப்படுகிறது என்பதை வலியுறுத்துகின்றன. உங்கள் திறமையின் உண்மையான நோக்கத்தைப் பற்றிய ஒரு சிறப்பான புரிதலை நீங்கள் பெறுகிறீர்கள். மன அழுத்தத்தை எவ்வாறு கையாள்வது என்பதையும், பிரச்சனைகளை எவ்வாறு திட்டவட்டமான ஒரு வழியில் தீர்ப்பது என்பதையும் நீங்கள் கற்றுக் கொள்கிறீர்கள். நிஜ வாழ்க்கை அனுபவங்களோடு ஒப்பிடுகையில், வெறும்

வாசிப்பும் விரிவுரைகளும் அவற்றுக்கு இணையாக மாட்டா.

உங்களுடைய நிஜ-வாழ்க்கை அனுபவத்தைப் பற்றி மற்றவர்களுக்குக் கற்பித்தல் (90% தக்கவைப்பு): நீங்கள் கற்பதை உங்கள் நினைவில் சிறப்பாகத் தக்கவைத்துக் கொள்வதற்கான சிறந்த வழி, ஒரு விதத்தில் நீங்களே ஓர் ஆசிரியராக ஆவதுதான் என்று கற்றல் பிரமிடு வலியுறுத்துகிறது. இது, ஒரு மலையேற்ற வீரராக நீங்கள் உங்கள் அனுபவங்களைப் பற்றி ஒரு சொற்பொழிவாற்றுவதாக இருக்கலாம். ஒரு திரைப்பட இயக்குநராக நீங்கள் உங்கள் தொழில்வாழ்க்கையில் பயன்படுத்தியுள்ள உத்திகளைப் பற்றி ஒரு வலைப்பதிவு எழுதுவதாகஇருக்கலாம்.உங்களுடைய அனுபவங்களைப் பற்றிப் பேசுவதன் மூலம் அல்லது எழுதுவதன் மூலம், அவற்றை உங்களுக்கும் மற்றவர்களுக்கும் நீங்கள் உறுதிப்படுத்துகிறீர்கள். நீங்கள் பயன்படுத்துகின்ற வழிமுறைகளையும் பெறுகின்ற அனுபவங்களையும் நீங்கள் வார்த்தைகளில் வடிக்கும்போது, உங்களுக்கு என்ன தெரியும், என்ன தெரியாது என்பதை நீங்கள் விரைவாகக் கண்டுபிடிக்கிறீர்கள். உங்களுடைய அறிவிலுள்ள இடைவெளிகளை நீங்கள் கண்டுபிடிக்கிறீர்கள். இந்தப் பிரச்சனைகளை நீங்கள் தொடர்ந்து அடையாளம் கண்டுகொண்டு அவற்றைத் தீர்க்கும்போது, உங்களுடைய சொந்த எண்ணங்களை, அவை அதிகப் பயனளிக்கும் விதத்தில் திறம்பட உங்களால் ஒழுங்கமைக்க முடிகிறது. உங்களுக்கு நீங்களே கற்றுக் கொடுப்பது நல்லது; மற்றவர்களுக்குக் கற்றுக் கொடுப்பது அதைவிடச் சிறந்தது.

கற்பித்தல் உங்கள் அறிவில் உள்ள இடைவெளிகளை வெளிப்படுத்துகிறது. மற்றவர்களுக்கு அறிவுறுத்தவும் விளக்கவும் வேண்டியிருப்பது, "ஆமாம், அது எப்படி வேலைசெய்கிறது என்பது பற்றி எனக்கு எல்லாம் தெரியும். இப்போதைக்கு நான் அதைத் தவிர்த்துவிடுகிறேன்," என்ற பொதுமைப்படுத்தல்களுக்குப் பின்னால் உங்களை நீங்கள் மறைத்துக் கொள்ள அனுமதிக்காது. நீங்கள் ஒரு செயல்முறையை வேறொருவருக்கு விளக்கும்போது

அது சரிப்பட்டு வராது. ஒவ்வொரு கட்டமும் எவ்வாறு செயல்படுகிறது, ஒவ்வொரு கட்டமும் மற்றொன்றுடன் எவ்வாறு தொடர்புடையது என்பதை நீங்கள் அறிந்திருக்க வேண்டும். நீங்கள் கற்பித்துக் கொண்டிருக்கின்ற விஷயங்கள் பற்றிய கேள்விகளுக்கும் பதிலளிக்க வேண்டிய கட்டாயத்தில் நீங்கள் இருப்பீர்கள்.

என்ன நடந்து கொண்டிருக்கிறது என்பதை விளக்குவது உங்கள் அறிவுக்கான ஒரு சோதனையாகும்: உங்களுக்கு ஒன்று தெரியும் அல்லது தெரியாது. நீங்கள் கற்பித்துக் கொண்டிருக்கின்ற ஒரு விஷயத்தை அடுத்தவர் தன் வாழ்வில் நடைமுறைப்படுத்தக்கூடிய ஒரு விதத்தில் உங்களால் விளக்க முடியாவிட்டால், உங்களுக்கு அவ்விஷயத்தைப் பற்றி எதுவும் தெரியவில்லை என்று அர்த்தம்.

மறு வலிமைப்படுத்துதல்

ஒரு குறிப்பிட்டத் திறமையை மெருகேற்றுவது பற்றிய பாரம்பரியக் கோட்பாடு என்னவென்றால், நீங்கள் உங்கள் 'தசை நினைவாற்றலை' வளர்த்துக் கொள்வதற்கும், உங்கள் அன்றாட நடத்தையில் அந்தத் திறமையைப் பயன்படுத்துவதற்கும், அதே வழக்கத்தை மீண்டும் மீண்டும் அதே வழியில் நீங்கள் பயிற்சி செய்ய வேண்டும். ஆனால், இது சிறந்த வழியன்று என்று சமீபத்திய ஆய்வுகள் கூறுகின்றன. ஒரு திறமையை நீங்கள் உண்மையிலேயே கற்றுக் கொள்வதற்கு, கற்றல் செயல்பாட்டில் தொடர்ச்சியாகச் சிறிய மாற்றங்களை நீங்கள் செய்தாக வேண்டும்.

எடுத்துக்காட்டாக, சமையலில் நீங்கள் ஒரு கத்தியைத் திறமையாகப் பயன்படுத்தக் கற்றுக் கொண்டிருக்கிறீர்கள் என்றால், ஒரு வெங்காயத்தை ஒரு குறிப்பிட்ட முறையிலும் அளவிலும் துண்டுகளாக வெட்ட உங்களுக்குக் கற்றுக் கொடுக்கப்படலாம். ஒவ்வொரு துண்டும் ஓர் அரை-அங்குல நீளத்தில் இருக்கும்படி வெட்டுவதிலிருந்து நீங்கள் தொடங்கலாம், பின்னர் கால்-அங்குலத் துண்டுகளாகவும், பின்னர்

எட்டில் ஒரு பங்கு அங்குலமாகவும் வெட்ட முயற்சிக்கலாம். ஒவ்வோர் அளவுக்கும் உங்கள் கைகள் இயங்கும் விதம் மாறுபடுவதைக் கவனியுங்கள்.

இந்தக் கோட்பாட்டின் பின்னணியில் உள்ள யோசனை மறு வலிமைப்படுத்துதல் ஆகும். ஏற்கனவே உள்ள நினைவுகளை நினைவுகூர்ந்து, புதிய விழிப்புணர்வு அல்லது கற்றல் மூலம் அவற்றை மாற்றும் செயல் என்று இது வரையறுக்கப்படுகிறது. மறு வலிமைப்படுத்துதல் செயல்முறையின் தாக்கங்கள் வியப்பூட்டுபவையாக இருக்கின்றன, குறிப்பாக உடல் சிகிச்சை மற்றும் உளப்பகுப்பாய்வுக்கு. ஒரு திறமையைக் கைவசப்படுத்துவதற்கான ஒரு தெளிவான உத்தியையும் அவை முன்வைக்கின்றன: ஒரு குறிப்பிட்டச் செயல்பாட்டைப் பயிற்சி செய்யுங்கள், ஆனால் போகப் போக, உங்கள் செயல்பாட்டில் சிறிய மாற்றங்களைச் செய்யுங்கள். நீங்கள் பேட்டிங் பயிற்சி செய்வதாக வைத்துக் கொண்டால், வெவ்வேறு எடைகள் கொண்ட வெவ்வேறு மட்டைகளைப் பயன்படுத்திப் பயிற்சி செய்யுங்கள். ஆபரணங்களை எவ்வாறு செய்வது என்பதை நீங்கள் கற்றுக் கொண்டிருந்தால், வெவ்வேறு வகையான உலோகங்களில் நகைகள் செய்யப் பயிற்சி செய்யுங்கள் - ஓர் அமர்வில் செம்பு, அடுத்த அமர்வில் பித்தளை, அதன் பிறகு வெள்ளி. நீங்கள் பாடி-பில்டிங் பயிற்சி எடுத்துக் கொண்டிருந்தால், வெவ்வேறு எடைகளைக் கொண்டு பயிற்சி செய்வதும், வெவ்வேறு தசைத் தொகுதிகளைப் பயிற்றுவிப்பதும் முக்கியம்.

இந்த வகையான பயிற்சி எவ்வாறு வேலை செய்கிறது என்பது பற்றி ஏகப்பட்டக் கோட்பாடுகள் உள்ளன. எந்த மாற்றமும் இல்லாமல் நீங்கள் எப்போதும் செய்வதையே மீண்டும் மீண்டும் செய்து கொண்டிருப்பதைவிட, இந்த முறையில் உங்கள் மூளை அதிகக் கவனக்குவிப்புடன் செயல்படுவது உறுதிப்படுத்தப்படுகிறது. மாற்றங்கள் மிகச் சிறியவையாக இருப்பதால், வழக்கமான பயிற்சியில் லேசான மாற்றங்களின் ஊடாகக் கற்றுக் கொள்வது அதிக எளிதாக இருக்கிறது.

திறமைகளை உங்களுக்கு ஏற்கனவே தெரிந்த விஷயங்களோடு தொடர்புபடுத்துங்கள்

ஒரு சில பத்திகளுக்கு முன்பு, வாசித்தல் பற்றி நாம் பேசியபோது, ஒரு வாசிப்பாளர் தான் வாசிக்கின்ற விஷயங்களைத் தன்னுடைய தனிப்பட்ட நிகழ்வுகளுடனோ அல்லது ஏற்கனவே தன்னிடம் இருக்கின்ற சொந்த யோசனைகளுடனோ தொடர்புபடுத்துகிறார் என்று நாம் பார்த்தோம். இதை இரண்டு வழிகளில் செய்யலாம்: கோட்பாட்டுரீதியாக மற்றும் உடல்ரீதியாக.

ஒரு கோட்பாட்டுரீதியான வழியில் தொடர்புபடுத்துதல் என்றால், ஒரு குறிப்பிட்டச் செயல்பாடு எவ்வாறு நீங்கள் முன்பே கவனித்துள்ள ஏதோ ஒன்றையொத்தக் காரணங்களையும் விளைவுகளையும் கொண்டுள்ளது என்பதைப் புரிந்து கொள்வதாகும். எடுத்துக்காட்டாக, நீங்கள் ஒரு சமையலறையில் வெறுமனே அடுப்புக்குப் பின்னால் பல வருடங்களாக வேலை செய்த பிறகு, உணவுப் பதார்த்தங்களை 'கிரில்' செய்வது எப்படி என்பதை நீங்கள் கற்றுக் கொள்ளத் தொடங்கியிருக்கிறீர்கள் என்றால், இறைச்சியை அதிக வெப்பநிலையில் சமைப்பது அதைக் கருகச் செய்து அதன் சுவையைக் கெடுத்துவிடும் என்பது இன்னும் உங்களுக்குத் தெரிந்திருக்கும். அந்த அறிவின் அடிப்படையில், நிலக்கரி அல்லது வாயுவின் வெப்பநிலையை முறைப்படுத்துவதற்கான ஒரு வழியைக் கண்டுபிடிக்க நீங்கள் முயற்சிப்பீர்கள்.

அதேபோல, ஒரு மென்பொருள் நிரலில் ஆடியோவை எவ்வாறு திருத்துவது என்பது உங்களுக்கு ஏற்கனவே தெரிந்திருந்தால், ஒரு வீடியோ எடிட்டர் நிரலில் உள்ள சில செயல்பாடுகளையும் நீங்கள் அடையாளம் கண்டுகொள்வதற்கான சாத்தியம் உள்ளது. தொடர்புகளைக் கண்டறிவது ஒரு செயலை எவ்வாறு தொடங்குவது என்பதை அறிய உதவுகிறது. மேலும், வேறுபாடுகளைச் சுட்டிக்காட்டுவது, ஒன்றை எவ்வாறு அட்ஜஸ்ட் செய்ய வேண்டும் என்பது உங்களுக்குத்

தெரிந்திருப்பதைக் காட்டுகிறது.

உடல்ரீதியான தொடர்புகளைப் புரிந்து கொள்வது அதிக எளிதானது. நீங்கள் கற்றுக் கொள்ளும் ஏதோ ஓர் உடல் திறன், நீங்கள் ஏற்கனவே நன்றாகச் செய்யத் தெரிந்திருக்கின்ற பிற செயல்பாடுகளை ஒத்தச் சில கூறுகளைக் கொண்டுள்ளது. புரிந்து கொள்வதற்கு எளிதான ஒரு ஜோடி (எனக்குத் தனிப்பட்ட அனுபவம் உள்ள ஒன்று) தட்டச்சு செய்தல் மற்றும் பியானோ வாசித்தல். சில காலத்திற்கு முன்பு, மின்சாரத்தில் இயங்கிய தட்டச்சுப் பொறியில் தட்டச்சு செய்வது எப்படி என்பதை நான் கற்றுக் கொண்டேன். நான் பியானோ வாசிக்கக் கற்றுக் கொண்டிருந்தபோது, வேகமான வரிகளை வாசிப்பதற்கு நான் என் கைகளை இயக்கிய விதம் நான் தட்டச்சு செய்த விதத்தை எவ்வளவு தூரம் ஒத்திருந்தது என்பதை நான் கவனித்தேன். வேகமான வாசிப்பிற்கு நான் என் கைகளை அதிக தூரம் நகர்த்தி விசைகளை அழுத்த வேண்டியிருந்தது, அவ்வளவுதான். தட்டச்சுப் பயிற்சி இல்லாமல் போயிருந்தால், பியானோ வாசிக்கக் கற்றுக் கொள்ள நான் கஷ்டப்பட்டிருந்திருப்பேன்.

தொடர்புபடுத்துதலின் மிகப் பெரிய நன்மை என்னவென்றால், நீங்கள் உங்கள் புதிய திறமையை மேம்படுத்திக் கொண்டிருக்கும்போது, நீங்கள் ஏற்கனவே கைவசப்படுத்தியுள்ள பிற அறிவு அல்லது அனுபவங்களுடன் அதை ஒப்பிட்டு, அதைப் பற்றிய உங்கள் புரிதலை வலுப்படுத்தலாம். ஒப்பீட்டின் குறிப்பிட்டச் சில அம்சங்கள் வேறுபட்டிருந்தாலும், ஒரு விஷயத்தில் உங்களுக்கு இருக்கின்ற அறிவையும் மனப்போக்கையும் செயல்படுத்துவது ஒரு புதிய விஷயத்தில் நீங்கள் முன்னேறுவதற்கு எப்போதும் பேருதவியாக இருக்கும்.

ஒரு திறமையைக் கற்றுக் கொள்வதற்கான புதிய உத்திகள் வெறும் குறுக்குவழிகள் அல்ல. அவை பெரும்பாலும், பல்வேறு வகையான கற்றல் வழிமுறைகளுக்கு உங்கள் அணுகுமுறைகளை மாற்றிக் கொள்வதற்கான புதுமையான வழிகளாகும்.

மனரீதியான மற்றும் உடல்ரீதியான அதே உத்திகளைப் பல்வேறு புதிய திறமைகளுக்குப் பயன்படுத்த முடிவது உற்சாகமூட்டுவதாக இருக்கும். அவை ஒரு புதிய திறமையைக் கைவசப்படுத்துவதற்கு மட்டும் வடிவமைக்கப்படவில்லை. மாறாக, திறம்படப் பயன்படுத்தப்பட்டால், நீங்கள் நினைத்திராத வழிகளில் அவற்றால் உங்கள் தொடுவானங்களை விரிவுபடுத்த முடியும்.

இரத்தினச்சுருக்கமாக

- ஒரு புதிய திறமையை விரைவாகக் கற்றுக் கொள்வது உங்கள் நோக்கமாக இருந்தால், அதற்குப் பல தந்திரோபாயங்கள் இருக்கின்றன. அவற்றில் முதலாவது, கலப்பு வழிமுறை. இந்த வழிமுறையில், ஒரு குறிப்பிட்ட நேரத் தொகுதியில் நீங்கள் பல்வேறு விஷயங்களைப் படிக்கிறீர்கள் அல்லது பயிற்சி செய்கிறீர்கள்.
- அடுத்தது, இடைவெளியுடன்கூடிய மீள்செய்கை. நீங்கள் உங்கள் ஒத்திகையை அல்லது பயிற்சியைத் தொடர்ச்சியாக நீண்ட நேரம் மேற்கொள்வதற்குப் பதிலாக, ஒரு குறிப்பிட்டக் காலம் நெடுகிலும் இடைவெளிகள் விட்டு மேற்கொள்கிறீர்கள். ஒரே அமர்வில் தீவிரமாகப் பயிற்சி செய்வதைவிட, குறுகிய நேரத் தொகுதிகளில் அடிக்கடி பயிற்சி செய்வது விஷயங்களைச் சிறப்பாக மனத்தில் பதிய வைக்கவும், வேண்டிய நேரத்தில் உடனடியாக நினைவுகூரவும் பெரிதும் உதவும். முன்கூட்டியே திட்டமிடுவதன் மூலம் இதைச் சாதிக்கலாம்.
- சுய விளக்கம் உதவிகரமானது. ஏனெனில், நீங்கள் எங்கே தவறுகிறீர்கள், எங்கே தடுமாறுகிறீர்கள், எவற்றின்மீது நீங்கள் கூடுதல் கவனம் செலுத்த வேண்டும் ஆகியவற்றை அது உங்களுக்கு வெளிச்சம் போட்டுக் காட்டுகிறது. உங்களுக்கு

நீங்களே ஒன்றை விளக்க முயற்சித்தாலே, எது உங்களைப் பின்னுக்கு இழுக்கிறது என்பதை நீங்கள் கண்டுபிடித்துவிடலாம். அதேபோல, உங்களுக்குத் தெரியாத விஷயங்கள் எவை என்பதைக் கண்டுபிடிப்பதற்கு 'ஃபெயின்மன் உத்தியையும்' நீங்கள் பயன்படுத்தலாம்.

- உங்கள் பயிற்சிக்குக் குறிப்பிட்ட நேரங்களைத் திட்டமிட்டு அட்டவணைப்படுத்திக் கொள்வது நல்லது. போமோடோரோ உத்தி இங்கு உதவிகரமாக இருக்கும். அந்த வழிமுறையின்படி, நீங்கள் கவனச்சிதறலின்றித் தொடர்ச்சியாக 25 நிமிடங்கள் வேலை செய்ய வேண்டும், பிறகு 5 நிமிடங்கள் ஓர் இடைவேளை எடுத்துக் கொள்ள வேண்டும். இதன் மூலம் உங்கள் மூளைக்குத் தேவையான ஓய்வும் உங்களுக்குத் தேவையான ஆசுவாசமும் கிடைக்கின்றன, வேலையும் சிறப்பாக நடைபெறுகிறது.
- மறு வலிமைப்படுத்துதலில் நீங்கள் அதே திறமையைச் சில மாற்றங்களோடும் திருத்தங்களோடும் பயிற்சி செய்கிறீர்கள். இது உங்களிடம் நல்ல பழக்கங்களை வளர்த்தெடுக்கும், உங்கள் அனுபவங்களின் வீச்சை விரிவாக்கும். ஒரு திறமையைக் கற்றுக் கொள்வதை இது பெரிதும் மேம்படுத்துவதாக ஆராய்ச்சிகள் காட்டுகின்றன.
- இறுதியாக, நீங்கள் புதிதாகக் கற்றுக் கொண்டிருக்கின்ற ஒன்றை, உங்களிடம் ஏற்கனவே இருக்கின்ற அறிவுடனும் கோட்பாடுகளுடனும் நீங்கள் தொடர்புபடுத்திப் பார்க்க வேண்டும். பரிச்சயமில்லாத ஒன்றை, உங்களுக்கு ஏற்கனவே பரிச்சயமான ஒன்றுடன் தொடர்புபடுத்தியோ அல்லது ஒப்பிட்டோ பார்ப்பது, கற்பதற்கான சிறந்த வழிகளில் ஒன்று.

தொகுப்புரை

அத்தியாயம் 1: திறமைகளை அதிவிரைவாகக் கைவசப்படுத்தக் கற்றுக் கொள்ளுதல்

- கற்றல் என்றால் என்ன? வலி, அசௌகரியம், எரிச்சல் ஆகியவற்றைத் தாண்டி, கற்றல் என்பது உங்கள் வாழ்க்கையையும் சூழல்களையும் மாற்றுவதற்கான திறனைப் பிரதிநிதித்துவப்படுத்துகிறது. பிரச்சனை என்னவென்றால், எவ்வாறு கற்க வேண்டும் என்பது நமக்கு ஒருபோதும் கற்றுக் கொடுக்கப்படுவதே இல்லை. ஏனெனில், நம்முடைய பள்ளிப் படிப்பின் பெரும்பகுதி, வெறுமனே ஆசிரியர்கள் கூறுவதை அப்படியே கேட்டுக் கொள்வதை மட்டுமே உள்ளடக்கியிருக்கிறது.
- கற்றலில் மேற்கொள்ளப்பட வேண்டிய ஒரு முக்கியமான நடவடிக்கை, நீங்கள் என்ன கற்றுக் கொள்ள விரும்புகிறீர்கள் என்பதைக் கண்டுபிடிப்பதாகும். நமக்குப் பல விருப்பங்கள் இருக்கின்றன, ஆனால் முக்கியமான விஷயங்களுக்கு மட்டுமே நம்முடைய நேரத்தை

நாம் அர்ப்பணிக்க வேண்டும். எது முக்கியமான விஷயம்? நம்முடைய மகிழ்ச்சியையும் நம்பகத்தன்மையையும் அதிகரிக்கக்கூடிய, ஒரு வலிமையைப் பயன்படுத்திக் கொள்ளக்கூடிய, ஒரு வாழ்க்கைக் குறிக்கோளை மேம்படுத்தக்கூடிய, ஒரு வாய்ப்பை நன்றாகப் பயன்படுத்திக் கொள்ளக்கூடிய, அல்லது ஒரு சூழலைக் கையாளக்கூடிய விஷயங்களே முக்கியமானவையாகும்.

- கற்றலின் நான்கு முக்கியமான நிலைகளை நீங்கள் தெரிந்து கொள்ள வேண்டும். நீங்கள் எங்கே இருக்கிறீர்கள் என்பதை நீங்கள் அறிந்திருக்கும்போது, நீங்கள் மேற்கொள்ள வேண்டிய நடவடிக்கைகளை உங்களால் சிறப்பாகத் திட்டமிட முடியும். அந்த நான்கு நிலைகள் இவைதாம்: பிரக்ஞையற்றத் தகுதியின்மை, பிரக்ஞையுடன்கூடிய தகுதியின்மை, பிரக்ஞையுடன்கூடிய தகுதியுடைமை, பிரக்ஞையற்றத் தகுதியுடைமை.

அத்தியாயம் 2: உங்கள் எதிர்பார்ப்புகளை நிர்வகியுங்கள்

- ஒரு புதிய திறமையைக் கற்றுக் கொள்வதற்கு எதிர்பார்ப்புகளை நிர்ணயித்துக் கொள்வது, பாதை விலகாமல் இருப்பதற்கும், முயற்சியை முழுமையாகக் கைவிடாமல் இருப்பதும் முக்கியம். எதிர்பார்ப்புகள் மிக அதிகமாக இருந்தால், நீங்கள் ஊக்கமிழக்கக்கூடும்; அவை மிகக் குறைவாக இருந்தால், நீங்கள் சலிப்படையக்கூடும். புதிய பழக்கங்கள் உருவாவதற்கு இரண்டு மாதங்களுக்கு மேல் ஆகும் என்பது வெளிப்படுத்தப்பட்டுள்ளது. ஒருவர் ஒரு புதிய திறமையில் ஓரளவு சிறப்பாகச் செயல்படுவதற்குக் குறைந்தபட்சம் 25 மணிநேரமாவது ஆகும் என்று நிரூபிக்கப்பட்டுள்ளது. எனவே, உங்களுக்கு இயல்பான திறன் இல்லையென்றால்

விரக்தியடையாதீர்கள். கற்றலின் ஒரு பகுதி அது.

- இயல்பான திறனுக்கு அளவுக்கதிகமான முக்கியத்துவம் கொடுக்கப்படுகிறது. உங்களுக்குத் திறன் இல்லை என்று நீங்கள் நம்பினாலும்கூட, உங்களால் கற்றுக் கொள்ளவும், வளரவும், மேம்படவும் முடியும் என்று நீங்கள் எதிர்பார்க்க வேண்டும். உங்களுக்கு சுய நம்பிக்கை தேவை. நன்னம்பிக்கையுடன்கூடிய ஓர் எதிர்பார்ப்பு அது.
- கற்றலுக்கான பாதை நீளமானது என்று எதிர்பாருங்கள். சிறப்பாகத் திட்டமிடுங்கள். குறுக்குவழிகளைச் சார்ந்திருக்காதீர்கள். ஒரு புதிய திறமையைக் கற்றுக் கொள்ளும்போது முன்னேற்றம் ஒரு நேர்க்கோட்டில் இருக்கும் என்று எதிர்பார்க்காதீர்கள். யதார்த்தமாக இருங்கள். உங்களைப் பற்றி உங்களுக்குத் தெரியும்.
- இவ்வுலகில் நீங்கள் விரும்புகின்ற எல்லாமே ஒரு தியாகத்தைப் பிரதிநிதித்துவப்படுத்துகிறது. சில தியாகங்கள் மற்றவற்றைவிட அதிக வெளிப்படையாகத் தெரியும். ஒரு புதிய திறமையைக் கற்றுக் கொள்வதில் எண்ணற்றத் தியாகங்கள் நிச்சயமாக உள்ளடங்கியிருக்கும், அவை பெரியவையாக இருக்கலாம் அல்லது சிறியவையாக இருக்கலாம். வெற்றி இங்கேதான் நிர்ணயிக்கப்படுகிறது. பெரும்பாலான மக்கள் அது பற்றிய விழிப்புணர்வு இல்லாமல் இருக்கின்றனர் அல்லது ஓர் அன்றாட அடிப்படையில் அந்தத் தியாகங்களைச் செய்யத் தயாராக இல்லாமல் இருக்கின்றனர்.

அத்தியாயம் 3: ஒரு திட்டத்தை உருவாக்குங்கள்

- ஒரு திட்டத்தை உருவாக்குவது முக்கியம். அதுதான் ஒரே வழி என்பதன்று விஷயம்,

ஆனால் திறமையைக் கைவசப்படுத்துவதற்கான வேகத்தில் அது நிச்சயமாக ஒரு வித்தியாசத்தை ஏற்படுத்தும். சிறப்பாகத் திட்டமிடுவதற்கான வழிகளில் ஒன்று, குறைவான தகவல்களை நுகர்வது. பெரும்பாலான மக்கள், தகவல் சேகரிப்புக் கட்டத்தில் அப்படியே முடங்கிவிடுகின்றனர். செயலில் இறங்குவதை அது தடுக்கிறது. உங்களுக்கு ஒருபோதும் எல்லாம் தெரிந்திருக்காது என்பதை அறிந்திடுங்கள். சில விஷயங்களைக் கற்றுக் கொண்டவுடன், செயலில் இறங்கி அவற்றைப் பயிற்சி செய்யுங்கள். இதை நீங்கள் பிரக்ஞையோடு செய்ய வேண்டும். ஓர் உற்பத்தியாளர் மனப்போக்கை சுவீகரித்துக் கொள்வது அதற்கு உதவும்.

- உங்களுடைய திறமையைச் சிறிய துணைத் திறமைகளாகக் கூறுபோட்டுக் கொள்ளத் திட்டமிடுங்கள். அதிக எளிதாகப் படிக்க இது உதவும். இக்கணத்தில் எந்தத் திறமைகள் உண்மையிலேயே முக்கியம், எவை முக்கியமல்ல என்பதையும் அது தெளிவுபடுத்தும். 80-20 சமநிலையைக் கண்டுபிடியுங்கள்.
- கற்பதையும் பயிற்சி செய்வதையும் எளிதாக்குகின்ற விதத்திலும், கவனச்சிதறலையும் காலம் தாழ்த்துதலையும் தடுக்கின்ற விதத்திலும் உங்கள் சூழலை அமைத்துக் கொள்ளுங்கள். உங்களுக்கு வேண்டியவற்றை உங்களுக்கு அருகில் வைத்துக் கொள்ளுங்கள், உங்களுக்குத் தேவையில்லாதவற்றை உங்கள் பார்வையிலிருந்து மிகவும் தள்ளி வைத்துவிடுங்கள். உங்கள் மன உறுதி இங்கு வேலைக்கு ஆகாது.
- கற்றலின் பல பாணிகளையும் வழிமுறைகளையும் கலந்து பயன்படுத்தத் தயாராக இருங்கள். கற்றலுக்குப் பல்வேறு ஆயுதங்கள் இருப்பதில் எந்தத் தீங்கும் இல்லை. நீங்களே ஒரு புதிய பாணியைக்கூடக் கண்டுபிடிக்கக்கூடும்.

அத்தியாயம் 4: உங்களைச் சுற்றிலும் உள்ள மக்கள்

- உங்களைச் சூழ்ந்துள்ள மக்களால் உங்களை உருவாக்கவும் முடியும் அல்லது அழிக்கவும் முடியும். அவர்களால் உங்களுடைய ஆதரவாளர்களாகவும் இருக்க முடியும், அல்லது உங்களை ஊக்கமிழக்கச் செய்யவும் முடியும். ஆனால், உங்கள் நலன்மீது அக்கறை கொண்டுள்ளவர்கள்போலத் தெரிகின்ற, ஆனால் தங்களுடைய சொந்த பயங்களையும் பாதுகாப்பின்மை உணர்வுகளையும் உங்கள்மீது திணிப்பவர்கள்தாம் மிகவும் ஆபத்தானவர்கள். இத்தகைய மக்களுடனான உறவை முறித்துக் கொள்வது எப்போதும் சாத்தியப்படாமல் இருக்கலாம், ஆனால் குறைந்தபட்சம், அவர்களுடைய விமர்சனங்கள் எந்த நிலையிலிருந்து வருகின்றன என்பதை உணர்ந்து கொண்டு, அவற்றைக் கருத்தில் கொள்ள வேண்டுமா இல்லையா என்பதை ஆய்ந்தறியுங்கள்.
- உங்களுக்கு முன்மாதிரிகளாகத் திகழக்கூடிய மக்கள் உங்களைச் சுற்றி இருப்பார்கள் என்று நான் நம்புகிறேன். அவர்களுடைய எண்ணங்கள் உங்களுக்குத் தெரியாமல் இருக்கலாம் என்பதால், அவர்களுடைய நடத்தைகளையும் செயல்களையும் கூர்ந்து கவனியுங்கள். ஏனெனில், அவை அவர்களுடைய எண்ணங்களையும் நோக்கங்களையும் வெளிக்காட்டும்.
- அடுத்த நடவடிக்கை, ஒரு வழிகாட்டியைக் கண்டுபிடித்தல் — அதிகாரபூர்வமாகவோ அல்லது சாதாரணமாகவோ. நீங்கள் அந்த நபரிடம் உங்களுடைய யோசனைகளைப் பகிர்ந்து கொள்ளலாம், அவரிடமிருந்து பின்னூட்டக்கருத்துகளைப் பெறலாம். சரியான திசையில் அவர் உங்களை உந்தித் தள்ளுவார்.

ஒரு வழிகாட்டியாக இருக்கக்கூடியவர், அடித்தளத்திலிருந்து தொடங்கி தானாகவே கற்று முன்னேறியிருப்பார். ஏனெனில், உங்களுடைய நடவடிக்கைகளைக் கூறுபோட்டுப் பார்த்து, தன்னுடைய சொந்த அனுபவங்கள் மற்றும் போராட்டங்களின் அடிப்படையில் உங்களுக்குப் பின்னூட்டக்கருத்துகளை வழங்கக்கூடிய சிறப்பான நிலையில் அவர் இருப்பார்.

- சாத்தியப்பட்டால், உங்களை முழுமையாக ஈடுபடுத்திக் கொள்ளத்தக்க ஒரு சமூகத்தைக் கண்டுபிடியுங்கள். இத்தாலிய மறுமலர்ச்சிக் காலகட்டத்திய கைவினைஞர் சங்கங்களும் பிரேசிலிய கால்பந்து விளையாட்டு வீரர்களும் அதற்கான சிறந்த எடுத்துக்காட்டுகள். ஓர் உயர்ந்த நிலையிலான திறமை உங்களுடைய இயல்பாக ஆக உதவக்கூடிய வகையான மக்கள் உங்களைச் சூழ்ந்திருக்கும்படி பார்த்துக் கொள்ளுங்கள்.

அத்தியாயம் 5: உங்கள் சுற்றுச்சூழல்

- உங்கள் சுற்றுச்சூழலின் சக்திக்கான ஒரு கூடுதல் நினைவூட்டியாக இந்த அத்தியாயம் அமையட்டும். உங்களுடைய சுற்றுச்சூழலால் உங்களைச் சீரழிக்கவும் முடியும் அல்லது வெற்றியை நோக்கி உங்களை உந்தித் தள்ளவும் முடியும். உங்களுடைய மன உறுதியை அதிகமாகச் சார்ந்திருக்காதீர்கள். மாறாக, உங்களுடைய சுற்றுச்சூழல் உங்களுக்கு உதவக்கூடிய விதத்தில் அதை மாற்றியமைத்துக் கொள்ளுங்கள்.
- நீங்கள் பயிற்சி செய்வதற்கு அல்லது செயல்படுத்துவதற்கு என்ன தேவை என்பதற்கான ஒரு பெரும் நினைவூட்டியாக உங்கள் சுற்றுச்சூழலால் செயல்பட முடியும். இதற்கு நீங்கள் டிஜிட்டல் வழிமுறைகளையும் வழக்கமான வழிமுறைகளையும் பயன்படுத்திக்

கொள்ளலாம். வழக்கமான நினைவூட்டிகள் உங்களுக்குப் பரிச்சயமானவையாக இருக்கலாம், ஆனால் டிஜிட்டல் நினைவூட்டிகள் உங்களுக்கு அவ்வளவாகப் பரிச்சயமில்லாதவையாக இருக்கலாம். உங்களுடைய பிரவுசர், டெஸ்க்டாப், வால்பேப்பர், காலண்டர் போன்றவற்றை, நீங்கள் கற்றுக் கொண்டிருக்கின்ற திறமைக்கு உதவக்கூடியவையாக ஒழுங்கமைத்துக் கொள்வது அவற்றில் ஒன்று.

- உங்களுக்குத் தேவையான பொருள்கள் உங்கள் கைக்கெட்டும் தூரத்தில் இருக்க வேண்டும், உங்களுக்குக் கவனச்சிதறல் ஏற்படுத்தக்கூடியவை உங்கள் பார்வையில்கூடப் படாமல் வேறோர் இடத்தில் இருக்க வேண்டும். இந்த எளிய விதிமுறையைக் கடைபிடியுங்கள். இது உங்கள் கற்றலை எளிதாக்கும்.
- நீங்கள் உங்களுடைய சுற்றுச்சூழலை உங்களுடைய ஐம்புலன்களின் ஊடாக உணர்கிறீர்கள். பார்த்தல் பற்றி நாம் பார்த்தோம்; இசையும் ஒலியும்கூட முக்கியமானவை, ஆனால் ஒவ்வொருவருக்கும் வெவ்வேறு இசையும் ஒலியளவும் பிடிக்கும்.

அத்தியாயம் 6: பயிற்சி செய்தலும் மேம்படுதலும்

- திறமைகளை மிக வேகமாகக் கைவசப்படுத்துவதற்கான அடிப்படைகளை இப்போது நீங்கள் புரிந்து கொண்டிருப்பதால், அது குறித்து ஏதேனும் செய்வதற்கான வேளை இப்போது வந்துள்ளது. பயிற்சி செய்வதுதான் அது. அது வழக்கமான பயிற்சியன்று, மாறாக, திட்டமிடப்பட்டப் பயிற்சி. தசை நினைவுகளை உருவாக்குவதற்கான அம்சங்களை நீங்கள் பயிற்சி செய்ய வேண்டும். உங்களுடைய இரண்டாம் இயல்பாக ஆக வேண்டிய பழக்கங்களை இப்படித்தான் நீங்கள் உருவாக்கியாக வேண்டும்.

- இருப்பினும், நீங்கள் பயிற்சி செய்யும்போது எல்லா விஷயங்களும் சரியாகப் போக வேண்டும் என்ற அவசியமில்லை. எனவே, நீங்கள் அவ்வப்போது பின்னூட்டக்கருத்துகளைக் கேட்டுப் பெற்று உங்கள் பாதையைத் திருத்தியமைக்க வேண்டும். நீங்கள் உங்களை சுய அலசல் செய்வதன் மூலம் பின்னூட்டக்கருத்துகளைப் பெறலாம், அல்லது உங்களைச் சுற்றிலும் இருப்பவர்களிடமிருந்து நீங்கள் அவற்றைக் கேட்டுப் பெறலாம். இந்தப் பின்னூட்டக்கருத்துகளைப் பயன்படுத்தி, உங்கள் நடவடிக்கைகளுக்கு நீங்கள் பொறுப்பேற்றுக் கொள்ள வேண்டியது முக்கியம். உங்கள் அகங்காரத்தை ஓரங்கட்டி வைத்துவிட்டு, நீங்கள் மேம்படத் தேவையான பயிற்சியில் நீங்கள் கவனம் செலுத்த வேண்டும்.
- அதிகமான சுய விழிப்புணர்வைப் பெறுவதற்கு, ஒரு திறமையைக் கைவசப்படுத்துவதில் நீங்கள் ஏதேனும் பின்னடைவை எதிர்கொண்டால் உங்களை நீங்களே கேட்டுக் கொள்ளக்கூடிய பத்துக் கேள்விகள் இருக்கின்றன. அவற்றுக்கு நேர்மையாகப் பதிலளியுங்கள்.

அத்தியாயம் 7: பல்வேறு திறமைகளில் நிபுணத்துவம் பெறுங்கள்

- உங்களிடம் ஏற்கனவே பல திறமைகள் இருக்கின்றன. ஒரே ஒரு திறமையை மட்டும் நீங்கள் சார்ந்திருக்கலாகாது. நம்மில் 1 சதவீதத்தினரால் மட்டுமே ஒரு திறமையில் உச்ச 1 சதவீதத்தினரில் ஒருவராக இருக்க முடியும். அது நீங்களாக இல்லாமல் போவதற்கான வாய்ப்புகள் அதிகம். எனவே, ஒன்றோடொன்று தொடர்புடைய மூன்று அல்லது நான்கு திறமைகளை உள்ளடக்கிய ஒரு தொகுதியை நீங்கள் உருவாக்க வேண்டும். அது யதார்த்தமான

ஓர் இலக்கு. அது உங்களைத் தனித்துவப்படுத்திக் காட்டும்.

- அந்தத் திறமைகள் ஒன்றோடொன்று தொடர்புடையவையாக இருக்க வேண்டியது இங்கு முக்கியம். நீங்கள் வெறுமனே உங்கள் வலிமைகளில் மட்டும் உங்கள் கவனத்தைக் குவித்தால் போதாது. அது உங்களை எப்போதும் பின்னுக்கு இழுக்கும். உங்கள் துறையில் தலைசிறந்து விளங்குபவர்களிடம் என்னென்ன திறமைகள் இருக்கின்றன என்பதைப் பாருங்கள். நீங்கள் எந்தத் திறமையில் வல்லவராக ஆக வேண்டும் என்பதை நீங்கள் கண்டறியும்போது, அது குறித்து உங்களால் நடவடிக்கை எடுக்க முடியும். இது மட்டுமே 90 சதவீத மக்களைவிட அதிக விஷய ஞானம் உள்ள ஒருவராகவும், அதிகமாகத் தயாராக இருக்கின்ற ஒருவராகவும் உங்களை ஆக்கும். இது உங்களை ஒரு நிபுணர் நிலைக்கு உயர்த்தும்!

அத்தியாயம் 8: திறமைகளை வேகமாகக் கைவசப்படுத்துவதற்கான தந்திரோபாயங்கள்

- ஒரு புதிய திறமையை விரைவாகக் கற்றுக் கொள்வது உங்கள் நோக்கமாக இருந்தால், அதற்குப் பல தந்திரோபாயங்கள் இருக்கின்றன. அவற்றில் முதலாவது, கலப்பு வழிமுறை. இந்த வழிமுறையில், ஒரு குறிப்பிட்ட நேரத் தொகுதியில் நீங்கள் பல்வேறு விஷயங்களைப் படிக்கிறீர்கள் அல்லது பயிற்சி செய்கிறீர்கள்.
- அடுத்தது, இடைவெளியுடன்கூடிய மீள்செய்கை. நீங்கள் உங்கள் ஒத்திகையை அல்லது பயிற்சியைத் தொடர்ச்சியாக நீண்ட நேரம் மேற்கொள்வதற்குப் பதிலாக, ஒரு குறிப்பிட்டக் காலம் நெடுகிலும் இடைவெளிகள் விட்டு மேற்கொள்கிறீர்கள். ஒரே அமர்வில் தீவிரமாகப் பயிற்சி செய்வதைவிட,

குறுகிய நேரத் தொகுதிகளில் அடிக்கடி பயிற்சி செய்வது விஷயங்களைச் சிறப்பாக மனத்தில் பதிய வைக்கவும், வேண்டிய நேரத்தில் உடனடியாக நினைவுகூரவும் பெரிதும் உதவும். முன்கூட்டியே திட்டமிடுவதன் மூலம் இதைச் சாதிக்கலாம்.

- சுய விளக்கம் உதவிகரமானது. ஏனெனில், நீங்கள் எங்கே தவறுகிறீர்கள், எங்கே தடுமாறுகிறீர்கள், எவற்றின்மீது நீங்கள் கூடுதல் கவனம் செலுத்த வேண்டும் ஆகியவற்றை அது உங்களுக்கு வெளிச்சம் போட்டுக் காட்டுகிறது. உங்களுக்கு நீங்களே ஒன்றை விளக்க முயற்சித்தாலே, எது உங்களைப் பின்னுக்கு இழுக்கிறது என்பதை நீங்கள் கண்டுபிடித்துவிடலாம். அதேபோல, உங்களுக்குத் தெரியாத விஷயங்கள் எவை என்பதைக் கண்டுபிடிப்பதற்கு 'ஃபெயின்மன் உத்தியையும்' நீங்கள் பயன்படுத்தலாம்.
- உங்கள் பயிற்சிக்குக் குறிப்பிட்ட நேரங்களைத் திட்டமிட்டு அட்டவணைப்படுத்திக் கொள்வது நல்லது. போமோடோரோ உத்தி இங்கு உதவிகரமாக இருக்கும். அந்த வழிமுறையின்படி, நீங்கள் கவனச்சிதறலின்றித் தொடர்ச்சியாக 25 நிமிடங்கள் வேலை செய்ய வேண்டும், பிறகு 5 நிமிடங்கள் ஓர் இடைவேளை எடுத்துக் கொள்ள வேண்டும். இதன் மூலம் உங்கள் மூளைக்குத் தேவையான ஓய்வும் உங்களுக்குத் தேவையான ஆசுவாசமும் கிடைக்கின்றன, வேலையும் சிறப்பாக நடைபெறுகிறது.
- மறு வலிமைப்படுத்துதலில் நீங்கள் அதே திறமையைச் சில மாற்றங்களோடும் திருத்தங்களோடும் பயிற்சி செய்கிறீர்கள். இது உங்களிடம் நல்ல பழக்கங்களை வளர்த்தெடுக்கும், உங்கள் அனுபவங்களின் வீச்சை விரிவாக்கும். ஒரு திறமையைக் கற்றுக் கொள்வதை இது பெரிதும் மேம்படுத்துவதாக ஆராய்ச்சிகள் காட்டுகின்றன.

- இறுதியாக, நீங்கள் புதிதாகக் கற்றுக் கொண்டிருக்கின்ற ஒன்றை, உங்களிடம் ஏற்கனவே இருக்கின்ற அறிவுடனும் கோட்பாடுகளுடனும் நீங்கள் தொடர்புபடுத்திப் பார்க்க வேண்டும். பரிச்சயமில்லாத ஒன்றை, உங்களுக்கு ஏற்கனவே பரிச்சயமான ஒன்றுடன் தொடர்புபடுத்தியோ அல்லது ஒப்பிட்டோ பார்ப்பது, கற்பதற்கான சிறந்த வழிகளில் ஒன்று.

நாகலட்சுமி சண்முகம்

மொழிபெயர்ப்பாளர்

நாகலட்சுமி ஒரு தலைசிறந்த பேச்சாளர் மற்றும் மொழிபெயர்ப்பாளர் ஆவார். கடந்த 15 ஆண்டுகளில் 100க்கும் அதிகமான நூல்கள் இவருடைய மொழிபெயர்ப்பில் வெளிவந்துள்ளன.

இவருடைய மொழிபெயர்ப்புகளுக்குக் கிடைத்துள்ள சில அங்கீகாரங்களில், 'சேப்பியன்ஸ்–மனிதகுலத்தின் ஒரு சுருக்கமான வரலாறு' நூலுக்காகத் திருப்பூர் தமிழ்ச் சங்கம் வழங்கிய விருதும், 'இறுதிச் சொற்பொழிவு' நூலுக்காக 'நல்லி திசையெட்டும் விருதும்', தமிழக அரசு வழங்கிய 'சிறந்த மொழிபெயர்ப்பாளர்' விருதும் அடங்கும்.

தம்பதியருக்கு இடையேயான உறவுகளை மேம்படுத்துவதற்கு இவர் எழுதிய 'மகிழ்ச்சியான மணவாழ்க்கை—மறந்து போன ரகசியங்கள்' என்ற நூல் இவருடைய முதல் சுயபடைப்பாகும்.

தமிழ் நாடகத் துறையின் முன்னோடி மேதைகளான டி.கே.எஸ். சகோதரர்களில் ஒருவரான திரு முத்துசாமி அவர்களின் பேத்திகளில் ஒருவர் இவர். இவருடைய கணவர் *PSV* குமாரசாமியும் ஒரு சிறந்த மொழிபெயர்ப்பாளர் என்பது குறிப்பிடத்தக்கது. இவர் தற்போது தன் கணவருடனும் தன் மகன்கள் இருவருடனும் மும்பையில் வசித்து வருகிறார்.

நாகலட்சுமியைப் பற்றி மேலும் அறிந்து கொள்ள *NagalakshmiShanmugam.com* என்ற அவருடைய வலைத்தளத்தை அணுகலாம்.

பீட்டர் ஹாலின்ஸ்

நூலாசிரியர்

பீட்டர் ஹாலின்ஸ் ஒரு சிறந்த எழுத்தாளர். அவர் ஒரு மனித உளவியல் மற்றும் நடத்தை ஆராய்ச்சியாளரும்கூட. மனித நிலை குறித்து அவர் அர்ப்பணிப்புடன் ஆய்வு செய்து வருகிறார். அவர் உளவியலில் ஒரு முதுகலைப் பட்டம் பெற்றுள்ளார். மேலும், வாழ்வின் அனைத்துத் தரப்பு மக்களுடனும் அவர் பணியாற்றியுள்ளார். பல ஆண்டுகளாகத் தனியாகப் பணியாற்றிய பிறகு, எழுதுவதிலும், மக்கள் தங்கள் வாழ்க்கையை மேம்படுத்த உதவுவதற்காகத் தனது கல்வியைப் பயன்படுத்துவதிலும் அவர் தன் கவனத்தைத் திருப்பியுள்ளார்.

தன் குடும்பத்தினருடன் நடைப்பயணம் மேற்கொள்வது, ஓவியம் வரைவது ஆகியவற்றை அவர் விரும்புகிறார். வாஷிங்டன் மாநிலத்திலுள்ள சியாட்டில் நகரில் அவர் வசித்து வருகிறார்.

petehollinsauthor@gmail.com என்ற மின்னஞ்சல் முகவரியில் நீங்கள் அவரைத் தொடர்பு கொள்ளலாம்.